பின்னு செஞ்சடை

(திருமுறை மலர்கள்)

கி. வா. ஜகந்நாதன்

Title: Pinnu Senchadai

Author: Ki. Va. Jagannathan

Language: Tamil

First Published on: 1953

Year of Publication: 2025

Book Format: Paperback

*Page Size: 6inch * 9inch*

Category: Religious

Subject: Religious Essays

No. of pages: 90

ISBN: 978-81-998536-4-5

Published by: Nilan Publishers, Madurai, Tamilnadu, India

பொருளடக்கம்

குறிப்புகளுக்காக

முகவுரை

சைவத் திருமுறைகள் பன்னிரண்டும் சைவப் பெருமக்களுக்கு வேதத்தைப் போன்ற சிறப்புடையன. அவற்றுள்ளும் சைவ சமயாசாரியார் நால்வரும் அருளிய எட்டுத் திருமுறைகள் அடிக்கடி பயிலப் பெறுவன. அவற்றுள்ளும் மூவர் தேவாரம் பலவகைப் பண்ணோடு அமைந்தமையால் திருக்கோயில்களில் விரிவாக ஓதப் பெறுகின்றன. ஆகையால் சைவத் திருமுறைகள் என்று சொல்லும் வழக்கு அதிகமாகக் காதில் விழுவதில்லை; தேவார திருவாசகமென்றே மிகுதியாகப் பேசுகிறார்கள்.

தேவாரத் திருப்பதிகங்களிற் பெரும்பாலானவை சிவத் தலங்களைப் பற்றியவை. அவ்வத்தலத்தில் அதற்குரிய தேவாரத்திற்குத் தலைமை இருப்பது இயல்பு. இதனால் எல்லாத் தலங்களின் தேவாரங்களும் அடிக்கடி ஓதப் பெறுகின்றன.

திருஞான சம்பந்தப் பெருமான் முருகப் பிரானுடைய திருவவதாரம் என்ற ஒரு கொள்கை நெடுங்காலமாக இருந்து வருகிறது. சேக்கிழார் தம்முடைய பெரிய புராணத்தில் அப்படிக் கூறவில்லை. சிவபெருமானுடைய பிள்ளையார் என்று குறிப்பிப்ப துண்டு.

உமா தேவியாரின் ஞானப்பாலுண்டது பற்றி வந்த வழக்கென்றும், அதனால் ஆளுடைய பிள்ளையாரென்ற திருநாமம் அப்பெருமானுக்கு வந்ததென்றும் அதற்குக் காரணம் கூறுவர். ஆனால் சேக்கிழார் காலத்தில் வாழ்ந்த பெரும் புலவராகிய ஒட்டக் கூத்தர் திருஞான சம்பந்தர் முருகனுடைய திருவவதாரமென்றே சொல்கிறார்.

வருகதை தெய்வமகள்என் மருமகள் வள்ளிவதுவை மனமகிழ் பிள்ளைமுருகன் மதுரையில் வெல்லும்இனிய தொருகதை

சொல்லு,தவள ஒளிவிரி செவ்விமுளரி ஒளிதிகழ்
அல்லிகமழும் ஒருமனை வல்லிஎனவே

என்று தக்கயாகப் பரணியில் அவர் பாடுகிறார்.

அவரைப் போலவே பிற்காலத்தில் முருகனைப் பாடிய புலவர்களிற் பலர் இந்தக் கருத்தை உடையவர்கள். அருணகிரி நாதர் திருப்புகழில் பல இடங்களில் ஞானசம்பந்தர் முருகனது அவதாரம் என்பதைத் தெளிவாகச் சொல்கிறார்.

உபயகுல தீபதுங்க விருதுகவி ராஜசிங்க
உறைபுகலி யூரில்அன்று வருவோனே.
இறைவியெனு மாதி பரைமுலையின் ஊறி
எழும் அமிர்தம் நாறு கனிவாயா புழுகொழுகு
காழி கவுணியரில் ஞான புளிதனென ஏடு
தமிழாலே புனலிலெதி ரேற சமணர்கழு வேற
பொருதகவி வீர குருநாதா!

என்றும் பிறவாறும் அவர் பாராட்டிப் பாடி யிருக்கும் பகுதிகளைக் காண்க.

இந்தக் கொள்கை ஞானசம்பந்தப் பெருமானுக்கு உள்ள சிறப்பை வெளிப்படுத்தும். பெரிய புராணத்தில் திருஞான சம்பந்தருடைய புராணம் மிக விரிவானது. 4286 பாடல்கள் அடங்கிய பெரிய புராணத்தில் ஞானசம்பந்தர் புராணம் 1256 பாடல்கள் அடங்கியது. இதனை நினைந்து, "பிள்ளை பாதி, புராணம் பாதி" என்ற பழமொழி ஒன்று தமிழில் வழங்குகிறது. பதினோராந் திருமுறையில் உள்ள பிரபந்தங்களில் நம்பியாண்டார் நம்பி பாடிய ஆளுடைய பிள்ளையார் திருவந்தாதி, ஆளுடைய பிள்ளையார் திருச்சண்பை விருத்தம், ஆளுடைய பிள்ளையார் திருமும்மணிக் கோவை, ஆளுடைய பிள்ளையார் திருவுலா மாலை ஆளுடைய பிள்ளையார் திருக்கலம்பகம், ஆளுடைய பிள்ளையார் திருத்தொகை என்னும் ஆறு நூல்களும் சம்பந்தப் பெருமானைப் பற்றியவை. பிற்காலத்தில் அப்பெருமானைப் பற்றி யெழுந்த பிள்ளைத் தமிழ் நூல் ஒன்று உண்டு.

இவ்வாறு முருகனைப் புகழ்வார் அவனுடைய அவதாரமாக எண்ணிச் சார்த்தும் புகழும், தனியே துதிக்கும் புகழும் மிகுதியாகப் பெற்றவர் ஞானசம்பந்தப் பிள்ளையார். இன்றும் மதுரையில் திருஞான சம்பந்தமூர்த்தியின் வழிவந்த ஞானப் பரம்பரையினர் தலைவர்களாக வீற்றிருந்து சைவத்தைப் பரிபாலனம் செய்து வரும் ஆதீனம் ஒன்று உண்டு. இவை சம்பந்தப்பிரான்பால் சைவ உலகம் வைத்திருக்கும் பெருமதிப் புக்கு அடையாளங்கள்.

ஞானசம்பந்த மூர்த்தியினுடைய தேவாரப் பதிகங்களில் இறைவனுடைய திருக்கோலச் சிறப்பும், அருட் சிறப்பும், ஆற்றற் சிறப்பும் ஒருபால் திகழும். தலத்தின் இயற்கை யெழில் ஒருபால் விளங்கும். மக்களுக்கு அறிவுறுத்தல், இறைவனிடம் குறையிரத்தல் என்பன மற்றவர்களின் திருவாக்குகளில் விடக் குறைவாகவே இருக்கும். இயற்றமிழ், இசைத் தமிழ் என்னும் இருவகைக்கும் இப்பாடல்கள் இலக்கியமாக அமைந்தவை. பற்பல பாக்களும், திருவிராகம், திருவியமகம் முதலிய தமிழ்ச் செய்யுள் தொடை நயங்களும் இப்பெருமானுடைய வாக்கில் விரவி வரும். இவருடைய பாவில் ஒருவகை மிடுக்கைக் காணலாம். இளமையின் மிடுக்கும் இறைவன் திருவருளை எளிதிற் பெற்ற மிடுக்கும் கலந்த பெருமிதத்தின் மணம் சம்பந்தர் தமிழில் இருப்பது இயல்புதானே?

இவர் பாடிய திருப்பதிகம் ஒவ்வொன்றிலும் சில வரையறைகள் உண்டு. 8-ஆவது பாட்டில் இராவணனைப் பற்றியும், 9-ஆம் பாட்டில் பிரமனையும் திருமாலையும், 10-ஆம் பாட்டில் சமண பௌத்தர்களையும், 11-ஆம் பாடலில் தம்மையும் பற்றிச் சொல்வது இவர் வழக்கம். இந்த நான்கு செய்திகளையும் ஒவ்வொரு பதிகத்திலும் அந்த அந்தப் பாட்டிலே காணலாம்.

மண்ணுலகில் வாழ்வார்கள் பிழைத்தாலும் வந்தடையிற்
கண்ணுதலான் பெருங்கருணை கைக்கொள்ளும் எனக்காட்ட
எண்ணமிலா வல்லரக்கன் எடுத்து முறிந் திசைபாட

அண்ணல்அவற் கருள்புரிந்த ஆக்கப்பா டருள்செய்தார்.
தொழுவார்க்கே அருளுவது சிவபெருமான் எனத்தொழார்
வழுவான மனத்தாலே மாலாய மாலயனும்
இழிவாரும் கருவிலங்கும் பறவையுமாய் எய்தாமை
விழுவார்கள் அஞ்செழுத்துந் துதித்துய்ந்த படிவிரித்தார்.
வேதகா ரணராய வெண்பிறைசேர் செய்யசடை நாதன்நெறி
அறிந்துய்யார் தம்மிலே நலங்கொள்ளும் போதம் இலாச்
சமண்கையர் புத்தர்வழி பழியாக்கும் ஏதமே
எனமொழித்தார் எங்கள்பிரான் சம்பந்தர்.
திருப்பதிகம் நிறைவித்துத் திருக்கடைக்காப் புச்சாத்தி
இருக்குமொழிப் பிள்ளையார் எதிர்தொழுது நின்றருள

என்று சேக்கிழார் இந்த நான்கையும் குறிப்பிப்பார். பத்துப் பாட்டுக்கள் அமைந்தது ஒரு பதிகம். ஆயினும் பதினோராவது பாட்டில் ஞானசம்பந்தப் பெருமான் பயனைச் சொல்லி முடிப்பார். அதற்குத் திருக்கடைக்காப்பு என்று பெயர். அதில் சம்பந்தர் தம் பாடலைப் பற்றிய சிறப்பையும் சொல்லி யிருப்பார். இவ்வாறு கூறும் ஆற்றல் இறைவனுடைய திருவருட் பலத்தால் இவருக்குக் கிட்டியது.

ஒருநெறியமனம் வைத்துணர் ஞானசம்
பந்தன் உரைசெய்த
திருநெறிய தமிழ்.
நண்ணிய கீர்த்தி நலங்கொள் வேள்வி
நான்மறை ஞானசம் பந்தன்சொன்ன
பண்ணியல் பாடல்.

கடற் காழியர்கோன்
துன்னிய இன்னிசை யாற்றுதைந்து
சொல்லிய ஞானசம் பந்தன் நல்ல
தன்னிசை யாற்சொன்ன மாலைபத்தும்.

பூசுரன் ஞானசம் பந்தன் சொன்ன
இன்புடைப் பாடல்கள்.

கலிகடந்தகை யான்கடற் காழியர் காவலன்
ஒலிகொள் சம்பந்தன் ஒண்தமிழ்

என்று பலபடியாகத் தம்மையும் தாம் பாடிய திருப்பதிகங்களையும் இப் பெருமான் சிறப்பிக்கின்றார்.

இந்தப் புத்தகத்தில் ஞானசம்பந்தர் திருவாய்மலர்ந்தருளிய தேவாரத்தில் இரண்டாந் திருமுறையிலிருந்து எடுத்த பன்னிரண்டு பாடல்களுக்குரிய விளக்கத்தைக் காணலாம்.

இரண்டாம் திருமுறை 122 திருப்பதிகங்களை உடையது. அப்பதிகங்கள் இந்தளம், சீகாமரம், காந்தாரம், பியந்தைக் காந்தாரம், நட்டராகம், செவ்வழி என்னும் ஆறு பண்களால் அமைந்தவை.

இத்திருமுறையில் திருஞான சம்பந்தப் பெருமான் செய் தருளிய அற்புதச் செயல்களோடு தொடர்புடைய பதிகங்கள் ஐந்து உள்ளன. அவை திருமருகலில் விடந்தீர்க்கப் பாடியது, திருமறைக்காட்டில் திறந்த கதவை அடைக்கப் பாடியது, திருமயிலாப்பூரில் என்பைப் பூம்பாவையாக எழுப்பப் பாடியது, கூன்பாண்டியனுடைய வெப்பு நோயை நீக்கப் பாடிய திருநீற் றுப்பதிகம், காளும் கோளும் நல்லன அல்ல என்று திருநாவுக்கரசர் கூறியபோது பாடிய கோளறு திருப்பதிகம் என்பன.

இதில் உள்ள பன்னிரண்டு பாடல்களும் சீகாழி, திருமங் கலக்குடி, திருப்புறம்பயம், திருச்சாய்க்காடு, திருவெண்காடு, திருக்குடவாயில், திருப்பாசூர், திருமுதுகுன்றம், திருவாரூர், திருத்தேவூர், திருவலஞ்சுழி என்னும் பதினொரு தலங்களைப் பற்றியவை. சீகாழியைப் பற்றியவை இரண்டு.

இந்தப் பன்னிரண்டு பாடல்களில் நெஞ்சை விளித்துச் சொல்லும் பாசுரங்கள் மூன்று (4,9,12). இறைவனை முன்னிலைப்படுத்திப் பாடியவை மூன்று (1,3,6). படர்க்கையாக வைத்துச் சொன்னவை ஐந்து (2, 5, 7, 8, 10) உலகத்தவரைப் பார்த்துச்சொன்னது ஒன்று (11)

செந்நெ லங்கழ ப்பழ னத்தய லேசெழும்
புன்னை வெண்கிழி விற்பவ ளம்புரை பூந்தராய் (1)

குலைவாழை சுமுகம்பொன் பவளம் பழுக்கும்
குடவாயில் (6)

பைவாய் நாகம் கோடல ஈனும் பாசூரே (7)

மந்தியேறி யினமா மலர்கள் பலகொண்டு
முந்தித் தொழுது வணங்குங் கோயில் முதுகுன்றே (8)

முழுமணித் தாளங்கள்
மன்னு காவிரி சூழ்திரு வலஞ்சுழி (12)

என்பவை இவற்றில் வரும் இயற்கைக் காட்சிகள்.

இந்தப் புத்தகத்தில் கண்ட பாடல்களையல்லாமல் வேறு சுவையான பாடல்கள் பல பல இரண்டாம் திருமுறையில் இருக் கின்றன. குறிப்பிட்ட அளவுக்குள் இந்தப் புத்தகத்தை அமைக்க வேண்டியிருந்தமையால் இந்தப் பன்னிரண்டு பாடல்களை மாத்திரமே விளக்க முடிந்தது. பதவுரை, பொழிப்புரை, விசேடவுரை என்ற பழைய முறையில் எழுதி யிருந்தால் இன்னும் பல பாடல்களைச் சேர்த்திருக்கலாம். குறிப்புரை மாத்திரம் எழுதியிருந்தால் பின்னும் பல பாடல்களை இதில் தொகுத்திருக்கலாம். ஆனால் நிறையப் பாடல்களைக் கொடுக்க வேண்டும் என்பது என் நோக்கம் அன்று. கொடுத்துள்ள பாடல்களின் பொருள் நன்கு விளங்க வேண்டும் என்பதே என் கருத்து. பழைய முறையில் உரை வரைந்தால் தேவாரத்தில் அக்கறை யுடையவர்களே நாடிப் படிப்பார்கள். அப்படியின்றிக் கதை போலவும் கட்டுரை போலவும் அமைத்து, எழுதிக்கொண்டு போகும் போக்கிலே பாடலில் வரும் சொற்களையும் பெய்து, நயங்கள், தடை விடைகள், விசேட உரைகள் ஆகியவற்றையும் இடையே பொருத்திக் காட்டினால் ஓரளவு தமிழ் உரைநடை நூல்களைப் படிப்பவர்களும் விரும்பிப் படிக்கக் கூடுமென்று எண்ணினேன். பாடல்களுக்கேற்றபடி வெவ்வேறு வகையில்

நிலைக்களத்தை அமைத்து விளக்கங்களை எழுதி யிருக்கிறேன். நன்றாகப் படித்தவர்களுக்கும் தேவாரத்திற்கு உரை காணும் திறமை உடையவர் களுக்கும் இதிலுள்ள விளக்கங்கள் மிகையாகத் தோற்றலாம். தேவாரத்தினூடே புக அஞ்சுகிறவர்களை எண்ணியே இவற்றை எழுதுவதனால், சில இடங்களில் விளக்கம் நீண்டதாக இருத்தல் கூடும்.

முதல் திருமுறையிலிருந்து எடுத்த எட்டுப் பாடல்களின் விளக்கத்தை, உள்ளம் கவர் கள்வன் என்ற பெயரோடு இந்த வரிசையில் முதல் புத்தகமாக வெளியிட்டேன். இரண்டாவது புத்தகம் இது. 'சங்கநூற் காட்சிகள்' என்ற சங்கத் தமிழ்ப் பாடல் களின் விளக்கப் புத்தகங்களைப் பெற்றுப் படித்துப் பாராட்டிய தமிழுலகம், இந்த நூல் வரிசையையும் படித்து ஆதரிக்கும் என்று நம்புகிறேன்.

முருகன் திருவருள் திருமுறை மலர்கள் என்ற இந்த நூல் வரிசையும் நிறைவேறத் துணை செய்வதாகுக!

மயிலாப்பூர்,
15-7-53

கி. வா. ஜகந்நாதன்

பின்னு செஞ்சடை

உலகத்தில் உள்ள மக்கள் பிறரோடு பழகி நட்புப் பாராட்டியும், பகை பாராட்டியும், பழக வகை இல்லாமலும் இருக்கிறார்கள். இந்த மூன்று நிலையையும் நட்பு, பகை, நொதுமல் என்று சொல்வார்கள். பார்த்துப் பழகாதவர்களை அயலார் அல்லது நொதுமலர் என்று சொல்வது வழக்கம். பழகினவர்களில் வேண்டியவர், வேண்டாதவர் என்று ரண்டு வகையினர் இருக்கின்றனர். மனிதனுக்கு விருப்பு, வெறுப்பு என்ற இரண்டு குணங்கள் இருப்பதனால் நண்பர், பகைவர் என்ற வேறுபாடு உண்டாகிறது. உணவு, உடை, பொருள்கள் எல்லாவற்றிலும் இந்தப் பிரிவு அமைகிறது.

"எனக்கு இது பிடிக்கும்" என்றும், "எனக்கு இது பிடிக்காது " என்றும் சொல்கிறோம். விருப்புக்கு உட்பட்டதை எனது என்று சொல்கிறோம். அது மமகாரம். நமக்கு விருப்பமான பொருளைப் பிறருக்கு அளிக்காமல் பற்றிக் கொள்கிறோம். அது பற்று. நாம் விரும்பும் பொருள் பிறரிடம் இருந்தால் அது நமக்கு வேண்டும் என்று எண்ணுகிறோம். இது அவா. நாம் விரும்பும் பொருள் பிறரிடம் இருந்தால், இவனுக்கு கிடைத்து விட்டதே!" என்று எண்ணுகிறோம். இது அழுக்காறு அல்லது பொறாமை. இவனைக் கண்டால் வெறுப்பு உண்டாகிறது.

இப்படியாக மனிதன் விருப்பு வெறுப்புகளின் வழியே பல தீய குணங்களை வளர்க்கிறான். அவ்விரண்டையும் நீத்து நடு நிலையில் இருப்பவர்கள் மெய்ஞ்ஞானிகள். இறைவனும் விருப்பு வெறுப்பு இல்லாதவன்.

**"வேண்டுதல்வேண் டாமை யிலான் அடி சேர்ந்தார்க்
கியாண்டும் இடும்பை இல"**

என்பது திருக்குறள். இறைவன் விருப்பு வெறுப்பு அற்றவன். அவன் அடி சேர்ந்தவர்களும் விருப்பு வெறுப்பற்றவர்கள். விருப்பு வெறுப்பு அற்றவர்களுக்குப் பிறரால் வரும் துன்பம் இல்லை. தம்மவர், அல்லாதார் என்ற வேறுபாடு இன்மையின் அவர்கள் எல்லோருக்கும் உறவினர்களாகி விடுகிறார்கள்.

ஞானசம்பந்தப் பெருமானுக்கு இறைவனுடைய அருங் குணங்கள் நன்றாகத் தெரியும். சில சில குணங்களை அங்கங்கே குறிப்பாகவும் வெளிப் படையாகவும் எடுத்துக் காட்டுவார். அவன் விருப்பு வெறுப்பு இல்லாதவன் என்பதை வெளிப்படையாகச் சொல்லாமல் குறிப்பாகப் புலப்படும்படி சொல்கிறார். இறைவன் விருப்பு வெறுப்பு இல்லாதவன் என்று சொல்வது கூட அத்தனை சிறப்பன்று. அவனைச் சார்ந்த பொருள்களும் உலகியலின்படி பார்த்தால் ஒன்றற்கு ஒன்று பகையாக இருந்தாலும் அவனைச் சார்ந்த பிறகு தம்முள்ளே உள்ள பகைமை நீங்கி ஒரே நிலையில் அருகருகே இருக்கின்றன.

பழங் காலக் கதைகளில், செங்கோன்மையிற் சிறந்த மன்னர்களின் ஆட்சி முறையை வருணிக்கையில், புலியும் பசுவும் ஒரு துறையில் நீர் குடிக்க என்று வருவதைப் பார்க்கலாம். நல்ல அரசர்களுடைய ஆட்சியிலேயே அப்படி இருக்குமானால் அருளே உருவமாக உடைய இறைவன் சார்பிலே, பகையுடையார் பகை நீங்கி இருப்பதில் வியப்பு என்ன ?

உலகில் பகையென்றும் நட்பென்றும் கேட்டுக் கேட்டுப் பழக்கப்பட்டு விட்டோம். ஆகையால் பகைவர்கள் ஒன்றுபட்டால் நமக்கு வியப்பாகத்தான் இருக்கிறது. சிவபெருமானுடைய செஞ்சடையிலே பிறையும் பாம்பும் இருக்கின்றன. பாம்புக்கும் திங்களுக்கும் பகை. முற்றிய திங்களை ராகு என்னும் பாம்பு விழுங்கும் ; அதனால் பகை என்பது ஒன்று. திங்களும் பாம்பும் தம்முடைய இயற்கையால் மாறுபடுவன. யாவரும் காண வானத்தில் உலா வருவது திங்கள்; பிறர் கண்ணிற்படாமல் வளைக்குள் ஒளிந்திருப்பது

பாம்பு. தன்னுடைய தோற்றத்தால் யாவருக்கும் மகிழ்ச்சியைத் தருவது மதி; தன்னைக் கண்டால் படையும் நடுங்கும்படி செய்வது பாம்பு. வெண்ணிற முடையது சந்திரன்; கரு நிறமுடையது பாம்பு. அமுத மயமாக இருப்பது சந்திரன்; அதனால் அமுத கிரணன் என்ற பெயர் அமைந்தது; பாம்போ நஞ்சு கொப்புளிப்பது. சந்திரன் ஒளி உருவமானது; பாம்பு நிழலுருவமானது. ஒன்றுக்கொன்று மாறுபட்ட இவ்விரண் டும். ஓரிடத்தில் இருப்பது அருமை. இருந்தால் அது வியப்பைத் தரும் காட்சிதான்.

சிவபிரானுடைய சடை தனித் தனிக் கேசமாக இல்லை. பிரிந்து பரந்தும் நிற்கவில்லை. சிதறாமல் ஒன்றிப் பின்னிய சடையாகச் செம்மையாக இருக்கிறது. பின்னியது போன்ற அந்தச் செஞ்சடை யிலே பிறையும் பாம்பும் உடன் உறைகின்றன. என்ன ஆச்சரியம் ! அவை தாமே வந்து தங்கினவா? இல்லை, இல்லை. இறைவன் அவற்றை அங்கே வைத்திருக்கிறான். அவன் சடையில் ஏறுவதற்கு முன் அவை ஒன்றோடு ஒன்று பகைத்தன. சடையில் ஏறிய பிறகு ரண்டும் பகை ஒழிந்து அப் பெருமான் சடைக்கு அணியாகத் திகழ்கின்றன. "ஒத்த இயல்புகளையுடைய பொருள்கள் இருக்கவும், ஒன்று கண்ட இடத்தில் மற்றென்றைக் காண முடியாத பிறையையும் பாம்பையும் உடன் வைத் திருக்கிறீரே! இது என்ன வியப்பு! ஏன் அப்படி வைத்துக்கொண்டீர்? சொல்லும் ஐயா!" என்று சிவபெருமானை நோக்கி ஆளுடைய பிள்ளையார் கேட்கிறார்.

சொலீர்;
பின்னு செஞ்சடை யிற்பிறை பாம்புடன் வைத்ததே.

(பின்னியது போன்ற சிவந்த சடையில் ஒன்றுபட்டு வாழாத பிறையைப் பாம்போடு வைத்ததற்குக் காரணம் சொல்லும்.)

இந்த நினைவும் வியப்பும் சம்பந்தப் பெருமானுக்குத் தம்முடைய சொந்த ஊராகிய சீகாழியில் பிரமபுரீசரைத்

தரிசிக்கும்போது தோன்றின. ஆதலின் அந்தப் பெருமானையே கேட்கிறார். சீகாழிக்குப் பன்னிரண்டு திருப்பெயர்கள் உண்டு. பூந்த ராய் என்பது அவற்றில் ஒன்று, மாறுபட்ட பொருள்களை ஒரு சேர வைத்த வியப்பை எண்ணியவுடன் வேறு பல செய்திகள் நினைவுக்கு வருகின்றன. வேறு வேறான இயல்புடையவை ஒன்றுபட்டு விளங்கும் காட்சிகள் அவருக்கு ஒன்றன்பின் ஒன்றாகத் தோன்றுகின்றன. பூந்தராயாகிய சீகாழியின் நிலப் பரப்பு, அங்குள்ள புன்னைமரம், இறைவனுடைய பூங்கழல் ஆகிய இவற்றில் வேறு வேறு இயல்புடையவை இணைந்து நிற்கும் அதிசயங்களைச் சொல்கிறார்.

சீகாழி நிலவளம் உடையது. மருதநிலத்தில் இருப்பது. மருதநிலத்துக்குப் பழனம் என்பது ஒரு பெயர். எங்கே பார்த்தாலும் வயல்கள். அந்த வயல்களில் நெற்பயிர் நன்றாக வளர்ந்திருக்கின்றன. நெல்லில் செந்நெல் என்றும் வெண்ணெல் என்றும் இருவகை உண்டு; சம்பா, குறுவை என்பன போன் றவை. இவ்விரண்டிலும் செந்நெல் சிறப்புடையது. பூந்தராய்க் கழனிகளில் செந்நெல்லே விளைகின்றது.

செந்நெல் விளையும் கழனிகளுக்கு அயலில் புன்னைமரங்கள் நிற்கின்றன. புன்னைமரம் நெய்தல் நிலத்துக்கு உரியது. சீகாழிக்குச் சில மைல்களுக்கப்பால் கடற்கரை இருக்கிறது. அதனால் நெய்தல் நிலத்தின் சார்பும் இந்த ஊருக்கு உண்டு. ஞானசம்பந்தரே, சீகாழி கடற்கரையில் இருப்பதாகப் பாடியிருக்கிறார்.

"மொய்பவளத் தொடுதரளம்
துறையாரும் கடற்றோணி புரத்தீசன் "

என்பது அவர் திருவாக்கு. ஆகவே சீகாழியில் மருதநிலக்காட்சியும் நெய்தல் நிலக் காட்சியும் அருகருகே தோன்றுகின்றன. செந்நெல்லையுடைய அழகிய கழனிகள்

பழனத்தைக் காட்ட, அயலில் செழித்து வளர்ந்த புன்னைமரம் நெய்தல் நிலப் பண்பைக் காட்டுகிறது.

செந்நெ லங்கழ னிப்பழ னத்தய லேசெழும் புன்னை,

[செந்நெல் வளரும் அழகிய வயல்களையுடைய மருத நிலத்துக்கு அயலே வளர்ந்த செழுமையான புன்னைமரம்.]

அந்தப்புன்னையிலும் வேறுவேறான பண்புகள் இணைந்திருக்கின்றன. புன்னைமரம் பூத்திருக்கிறது. அதன் இதழ்கள் வெள்ளை வெளேரென்று இருக்கின்றன. அதன் நடுவே உள்ள கர்ணிகை அல்ல கொட்டை பவளத்தைப் போலச் செக்கச் செவேலென்று ஒளிர்கிறது. வெவ்வேறு நிறங்களாகிய வெண்மையும் செம்மையும் அடுத்தடுத்து இருக்கும் போது விளக்கமாகத் தெரிகின்றன. நவமணிகளில் ஒன்று பவளம் ஆதலின் அதை மக்கள் பாதுகாப்பாக வைப்பார்கள். அழுக்குப்படாமல் வைத்துக் கொள்வார்கள். பவளத்தைத் தூய வெண்கிழியில் (துணியில்) பொதிந்து வைத்தது போல இருக்கிறது புன்னைப் பூவின் தோற்றம்.

புன்னை வெண்கிழி யிற்பவ ளம்புரை பூந்தராய்.

[புன்னைமலர் வெள்ளைத் துணியில் வைத்த பவளத்தை யொக்கும் சீகாழி.]

மருதமும் நெய்தலும் இணைந்த இணைப்பும், வெண்மையும் செம்மையும் ஒன்றிய ஒற்றுமையும் கொண்டது பூந்தராய் இங்கே எழுந்தருளியிருக்கிறான் இறைவன், அவனுடைய திருமுன் மற்றோர் இணைப்பைக் காண்கிறோம். உலகம் பதினான்கானாலும் இவற்றை மூன்றாகச் சொல்வார்கள், அந்தர் மத்திய பாதலம் என்று. வானம், பூமி, பாதலம் என்ற மூன்று தட்டை, 'மூவுலகம்' என்றும் வழங்குவ துண்டு. இந்த மூன்றில் பூமியில் இருப்பது பூந்தராய். அங்கே எழுந்தருளியிருக்கும் பெருமானுடைய பூங்கழல் பாதாளத்தையும் ஊடுருவி நிற்பது.

"பாதாளம் ஏழினுள்கீழ்ச் சொற்கழிவு பாதமலர்"

என்பது திருவாசகம். வானத்தில் இருப்பவர்கள் இமையோர். அவர்கள் தங்கள் பதவியை விடாமல் பற்றிக் கொண்டிருப்பவர்கள்; எல்லோருக்கும் உயர்ந்தவர்கள் என்று தம்மை நினைத்துக்கொண்டிருக்கிருக்கிறவர்கள். அவர்கள் வாழும் உலகம் உயர்ந்த உலகம் அவ்வளவு உயரத்தில் இருப்பவர்கள் தாழ்ந்து இறங்கி வருகிறார்கள். அவர்களுடைய தலைகள் வணங்கா முடிகள். அவை மிக மிகக் கீழே உள்ள இறைவன் அடியிலே ஒன்றுகின்றன. மேலுலகமாகிய வானில் இருக்கும் நல்ல இமையவர்களின் உயர்ந்த முடிகள் பாதாளம் ஏழினும் கீழாக இறைவன் அடியிலே ஒன்றுகின்றன. இந்த இணைப்பு வியப்பதற்கு உரியதல்லவா?

இது அமைவதற்கு இறைவன் பெருமையே காரணம். தமக்கு வரும் துன்பங்களை நீக்குவதற்கு வேறு புகல் காணாமல், தம் உயர் நிலையைப் பாது காத்துக் கொள்வதற்காகவே இமையவர்கள் பூதராய்க்கு வந்து இறைவன் கழலடியில் முடியை வைத்து வணங்குகிறார்கள். வணங்காத முடியை வணங்கச் செய்யும் அடி இறைவன் திருவடி. அடியார் தொழுவது பெரிதன்று. தம் பெருமையையே நினைந்திருக்கும் தேவர்கள் பணிந்து முடியை அடியிலே வைப்பது அரிய செயல்.

பூந்தராய்
துன்னி நல்இமை யோர்முடி தோய்கழலீர்!

[பூந்தராயை அடைந்து நல்ல தேவர்களுடைய முடிகள் படிந்து வணங்கும் கழலணிந்த திருவடிகளை யுடையீர் !]

மருத நிலத்து நெல் வயலுக்கு அருகே நெய்தல் நிலத்துப் புன்னை வளர்கிறது; அந்தப் புன்னையில் வெள்ளிய கிழியில் செம்பவளம் வைத்தது போன்ற காட்சி வளர்கிறது; அவ்விடத்தில் உயர்ந் தோங்கிய வானுலகத்தினரின் முடிகள் பாதாளத்தின் கீழுள்ள இறைவன் அடியிற் படிந்து

வளர்கின்றன. அப்படி உள்ள பெருமான் சடையிலே அமுதத்தையுடைய திங்களும் நஞ்சையுடைய பாம்பும் ஒன்றாக வளர்கின்றன. அவை தங்கும் சடை வெவ்வேறாகப் பிரிந்திராமல் பின்னி ஒன்றிய செஞ்சடையாக இருக்கிறது.

செந்நெ லங்கழ னிப்பழ னத்தய லேசெழும்
புன்னை வெண்கிழி யிற்பவ ளம்புரை பூந்தராய்
துன்னி நல்லிமை யோர்முடி தோய்கழ லீர்சொலீர்
பின்னு செஞ்சடை யிற்பிறை பாம்புடன் வைத்ததே.

(கழனி -வயல். புன்னை - புன்னைமலர்; ஆகுபெயர். கிழி துணி. புரை - ஒக்கும். கழல் - கழலையணிந்த திருவடி; ஆகு பெயர். வைத்தது சொலீர் என்று கூட்ட வேண்டும்.)

இறைவன் அருளால் பகைப் பொருள்கள் தம் பகைமை நீங்கி ஒன்று படும் என்பது குறிப்பால் புலப்பட்டது. பிறையும் பாம்பும் இறைவன் திருமுடியிலே வேறுபாடற்று அவன் திருக்கோலத்தில் ஒன்றி நின்றாற் போல, இறைவன் அருள் இணைந்தால் இணையாத பொருள்கள் ஒன்றும்; நில்லாத பொருள் நிற்கும்; சிதறிய பொருள் சேரும். இறைவன் பால் ஒன்றுபட்டால் அமுதமும் நஞ்சும் ஒரே தன்மை பெறும்.

இறைவனுடைய அருளுக்கு உட்படாத வரையில் மனிதர்கள் தம் தம் தகுதியால் வேறுபடுவர். ஆனால் அவனுடைய அருளைப் பெற்ற பின்னர்வர்களுடைய முன்னை இயல்புகள் யாவும் மாறி ஒரே நிலையை அடைவார்கள். வேதியராகிய சிவ கோசரியாரும் வேடராகிய கண்ணப்பரும் இறைவன் திருவருள் பெற்ற பின் வேறுபாடு வராயினர். கங்கைக்குள் புகுவதற்கு முன் யமுனையாகவும், சாக்கடையாகவும் இருந்தவை கங்கையிலே சேர்ந்த பிறகு கங்கையே ஆகிவிடுகின்றன.

ஆதலின் இறைவனைச் சார்வதற்கு முன் எந்த நிலை இருந்தாலும் சார்ந்த பிறகு அவன் அடியாராகும் திறத்தில் மேல் கீழ் இல்லை. இவற்றை யெல்லாம். ‘பின்னு

செஞ்சடையிற் பிறை பாம்புடன் வைத்த' செய்தி சொல்லாமற் சொல்கிறது.

இந்தப் பாசுரம் திருஞானசம்பந்தர் தேவாரத்தில் இரண்டாம் திருமுறையின் முதற் பதிகத்தின் முதற் பாட்டு.

உய்யும் வகை

இனிமை என்று சொன்னவுடன் நமக்குக் கற்கண்டும் தேனுமே நினைவுக்கு வருகின்றன மனிதன் பிறந்தவுடன் தாய்ப்பாலை உண்ணுகிறான். அவனுடைய சுவையுணர் பொறியாகிய நாக்கு இயங்குகிறது. குழந்தை, காளை, முதியவன் யாராக இருந்தாலும் நாச் சுவை அவர்களைப் பற்றிக் கொண்டிருக்கிறது. மற்ற இந்திரியங்களெல்லாம் வயசு ஆக ஆகத் தளர்ச்சி அடைகின்றன. கண் ஒளி மழுங்குகிறது. காது மந்தமாகிறது. மூக்கு நாற்றத்தைத் தக்கபடி உணர்வதில்லை. உடம்பும் மரத்துப் போகிறது. ஆனால் நாக்கு மாத்திரம் பின்னும் அதிகக் கூர்மையாக இருக்கிறது. வயசான முதியவர்களுக்கு உணவுச் சுவையில் எத்தனை சபலம் இருக்கிறதென்பதை யாவரும் அறிவர். இதனால் மனிதனை இறுகப் பற்றிக்கொண்டிருக்கும் புலனுணர்வு சுவை என்பதை உணரலாம்.

இராமகிருஷ்ண பரமஹம்சர் கூறும் கதை ஒன்று இங்கே நினைக்கத் தக்கது. ஒரு முனிவரிடம் உலகத்தில் வெறுப்புற்ற ஓர் இளைஞன் வந்து தனக்கு ஞான உபதேசம் செய்ய வேண்டுமென்று இறைஞ்சி வேண்டினான். ஞான முனிவர் அவனைச் சோதித்துப் பார்க்க எண்ணினார் "நாக்கை நீட்டப்பா" என்றார். இளைஞன் நாக்கை நீட்டினான். சிறிது சர்க்கரையை எடுத்து அந்த நாக்கின்மேல் வைத்தார். வைத்துவிட்டு ஊதினார். சர்க்கரை தூள் போலப் பறந்தது. "நீ நாக்கை வென்றவன். ஆதலால் மற்றப் பொறிகளையும் நிச்சயமாக வென் றிருப்பாய். உனக்கு உபதேசம் செய்கிறேன்" என்று அவனை மாணாக்கனாக ஏற்றுக்கொண்டாராம். நம்முடைய நாக்கில் சர்க்கரையைப் போட்டால் உடனே அது கரைந்துவிடும். போடவே வேண்டாம். சர்க்கரையைக்

கண்டாலும் சரி, சர்க்கரை யென்று நினைத்தாலும் சரி, நாக்கில் நீர் ஊறும்.

மேலே சொன்ன கதையாலும் நாச் சுவை மக்களை எவ்வளவு இறுகப் பற்றியிருக்கிறது என்பது புலனாகும். அதனால் இறைவனை நினைந்து விரதம் இருக்கிறவர்கள் விரதத்துக்கு முக்கியமான இலக்கணமாக உணவு வகைகளைக் குறைப்பதைக் கொண்டிருக்கிறார்கள்.

"உண்ணாது நோற்பார் பெரியர்'' என்று வள்ளுவரும் கூறினார்.

ஆகவே, சுவை, ஒளி, ஊறு, ஓசை, நாற்றம் என்னும் ஐந்து புலன்களில் சுவை எளிதில் மனிதனை விடுவதில்லை. மற்ற இன்பங்களை நாடாதவர்களும் சுவை ஒன்றை நாடுவார்கள். இவ்வாறு தலைமை பெற்றமையால், சுவைக்குரிய பொருள்களையே மற்ற இந்திரிய நுகர்ச்சிப் பொருள்களும் அளவு கோலாகவும் உவமையாகவும் எடுத்தாள்வது வழக்கமாகப் போய்விட்டது.

"பாட்டு எப்படி இருந்தது?" அமிர்தமாக இருந்தது.

'சொற்பொழிவு எப்படி இருந்தது?'

"தேன் மாரி போல் இருந்தது."

செவிப்புலனுக்கு இன்பம் உண்டாகிறது. அதற்கு நாவாலே சுவைக்கும் அமுதமும் தேனும் அளவு கோலாகின்றன. என் கனியே, தேனே, கட்டிக் கரும்பே என்று அன்புடையாரைச் சொல்கிறோம். இதற்கெல்லாம் காரணம் சுவையினிமையே மக்கள் உள்ளத்தில் சிங்காதனமிட்டு ஆட்சி புரிகிறது என்பதுதான்.

இறைவனையும் அன்பர்கள் சுவைப் பொருளாகப் பாராட்டினார்கள். அமுதென்றும், தேனென்றும், கனியென்றும், கரும்பென்றும் பாராட்டினர்.

திருஞானசம்பந்தப் பெருமான் அப்படிச் சொன்ன இடங்கள் பல பல.

சோழ நாட்டில் திருமங்கலக்குடி என்பது ஒரு தலம். அங்குள்ள ஆவிநாயகராகிய சிவபெருமானைத் தரிசித்துப் பதிகம் பாடினார் சிவஞானப் பால் அருந்திய பெரியார். இறைவனுடைய நல்லருளையும் ஞானத்தையும் பாலாக உண்ட பெருமான் அவர். அவருக்கு இறைவன் தேனாகி நிற்பவன். அவருக்கு மாத்திரம் அப்படி இருப்பவன் என்று சொல்லலாமா? மற்றவர்களுக்கும் தேனாய் அமுதாகி நிற்பவன்தான். ஆனால் அந்த மற்றவர்கள் யார் ? உலகிலுள்ள யாவருமா? இல்லை, இல்லை.

பசித்தவனுக்கு உணவு ருசிக்கும். பசியில்லாமல் வயிற்று வலி கொண்டவனுக்கும் பிற நோயாளிக்கும் உணவு சுவைக்காது. அதுபோல, இறைவனிடத்திலே அன்புகொண்டு அவன் அருளைப் பெற வேண்டுமென்று பசித்திருப்பவர்களுக்கு அவன் இனியவனாக இருப்பவன்.

அவன் எல்லோருடைய உள்ளத்திலும் இருக்கிறான். ஆனால் உள்ளத்தில் அவன் இருப்பதைப் பற்றிக் கருதாதவர் பலர். அவர்களுடைய உள்ளம் அழுக்கடைந்த கண்ணாடிப் பெட்டி போன்றது. அதனுள்ளே வைர மணி போன்ற இறைவன் இருந்தாலும் அதன் மேலே உள்ள மாசு அழுக்கினால் அவன் இருப்பது தெரிவதில்லை.

நீங்கிய உள்ளம் அழுக்கின்றித் துலக்கிய கண்ணாடிப் பெட்டி போன்றது. அங்கே இறைவன் இருப்ப தெளிவாகத் தெரியும். ஆசைகளாலும் தீய குணங்களாலும் அழுக்கடைந்து கலங்காமல் இறைவனிடம் அமைந்த முறுகிய பக்தியினால் அழுக்கற்றுத் தூயதாய்த் தளிந்திருக்கும் சிந்தைக்குள் இறைவன் தன் அருள் வெளிப்பட நிற்கிறான். அவனுடைய அருளால் அன்பர்களுடைய தெளிந்த சிந்தையில் இன்பம் பொங்குகிறது. உலகில் உள்ள ஏனைய சுவைகளெல்லாம் சுவையற்றுப் போகின்றன.

"பெரும்பைம் புனத்தினுள் சிற்றேனல்
காக்கின்ற பேதைகொங்கை
விரும்புங் குமரனை மெய்யன்பி
னால்மெல்ல மெல்லஉள்ள
அரும்பும் தனிப்பர மானந்தம்
தித்தித் தறிந்த அன்றே
கரும்பும் துவத்துச்செந் தேனும்
புளித்தறக் கைத்ததுவே"

என்பர் அருணகிரி நாதர்.

இறைவனுடைய அன்பு முறுகுவதற்குமுன் உலகத்திற் சுவைப் பொருளாகத் தேனென்றும் பழமென்றும் இருந்தவை யாவும், அந்த அன்பு முறுகிப் பயன் கொள்ளும் போது சுவை குன்றுகின்றன. இறைவனே தேனுமாய் அமுதுமாய்த் தித்திக்கின்றான். அவனுடைய அருளே புகலென்று தெளிந்த சிந்தையில் அவ்வாறு தித்திப்பான் ; மற்றவர்கள் சிந்தையில் நின்றும், தெளியப் பெற மல் இருப்பான்.

தேனு மாய்அமு தாகிநின் றான்தெளி சிந்தையுள்.

இறைவன் தேனாய் இருக்கிறான் ; அமுதாயிருக் கிறான். மாசு இன்றித் தெளிந்த சிந்தையில் தோன்றி இன்பந் தருகிறான்.

மனம் நுட்பமானது. அதை அணுவென்றும் சொல்வதுண்டு. இறைவன் அதற்குள்ளே இருக்கிறான். அப்படி இருப்பது மற்றவரிடம் தெரியா விட்டாலும், தெளி சிந்தை யுடையாரிடம் தெரிகிறது. அவர்கள் நுகரும் இன்பத்தினால் தெளிவாகிறது. மனத்தில் நுட்பமாக இருப்பவன் ஆனாலும் எல்லாவற்றையும் தனக்குள் அடக்கி நிற்பவன். ஐம்பெரும் பூதங்களில் வானம் எல்லாவற்றையும் தனக்குள் அடக்கிக் கொண்டிருப்பது. சிந்தைக்குள் நுண் பொருளாய் நின்று இனிக்கும் தேன் அவன் ; எல்லாப் பூதங்களையும் தனக்குள் அடக்கிய பெரிய பொருளாய் நிற்கும் வானும் அவன்.

வானமாய் இறைவன் இருக்கிறான் என்று சொல்லும் போதே மற்றோர் அடையாளமும் நினைவுக்கு வருகிறது. இறைவன், வானத்தைப் போல எல்லாவற்றையும் தன்னுள் அடக்கி வைத்திருக்கிறான்; இது தத்துவப் பொருள். வானத்தைப் போல மதியைச் சூடியிருக்கிறான்; இது அவடைய திருக்கோலத்தோடு ஒட்டிய பொருள். புலன் கடந்த நிலையில் வானத்தைப் போல விரிந்து நிற்கிறான்; அதனை நினைப்பூட்டுபவனைப் போல அருள் திருமேனி தாங்கும் போது வானத்தைப் போல மதியைச் சூடி விளங்குகிறான்.

தேனு மாய்அமு தாகிநின் றான்தெளி சிந்தையுள்;
வானு மாய்மதி சூடவல் லான்

நுண்பொருளாய்,விரிபொருளாய், இன்பந்தரும் பொருளாய், அருள் திருமேனி கொண்டவனாக இருக்கும் எம்பெருமான் அங்கங்கே திருக்கோயில் காண்டு எழுந்தருளியிருக்கிறான். திருமங்கலக் குடி யில் நம்மையாளும் கடவுளாக, தலைவனாக, கோனாக விளங்குகிறான்.

தேனு மாய்அமு தாகிநின் றான்தெளி சிந்தையுள்;
வானு மாய்மதி சூடவல் லான்மங்க லக்குடிக்
கோனை.

இறைவன் இவ்வாறு எழுந்தருளியிருப்பதற்குத் தன் பெருமையை யாவரும் தெரிந்து தன்னைப் பாராட்ட வேண்டும் என்பது காரணம் அன்று. நாம் உய்யும் பொருட்டே, நன்மை பெற்று வாழும் பொருட்டே அவ்வாறு திருக்கோயில் கொண்டிருக் கிறான். நமக்கு உய்தி வேண்டுமானால் அவனை அடைய வேண்டும். என்ன செய்ய வேண்டுமென் பதைச் சம்பந்தர் அருள் செய்கிறார்.

தெளிந்தார் சிந்தையுள் அடங்கித் தேனாய் அமுதமாய் இனித்து நின்றவனும், எல்லாப் பொருளையும் தனக்குள்ளே அடக்கி நின்றவனுமாகிய இறைவன் நம்மை நாடி வந்து திருமங்கலக்குடிக் கோயிலில் எழுந்தருளியிருக்கிறான். எங்கோ இருப்பவன் நம்மிடம் உள்ள கருணையினால் நமக்கு

அணியனாக எழுந்தருளியிருக்கும்போது நாம் சிறிது தூர மேனும் அவனை நோக்கிச் செல்ல வேண்டாமா?

நமக்கு இன்பம் தரும் காரியத்தை நாள்தோறும் செய்கிறோம். உண்பதும் உறங்குவது மாகியவற்றை ஒருநாளாவது மறப்பதில்லை. உடல் வளம் பெறும் செயலை நாள்தோறும் செய்யும்போது, உயிர்வளம் பெறும் செயலை அடுத்தடுத்துச் செய்வது தானே முறை? நம்மை நாடி வந்திருக்கும் இறைவனை நாமும் நாள்தோறும் நாடிச் செல்ல வேண்டும். சென்று ஏத்த வேண்டும். இணையிலா ஆற்றலும் வரம்பிலாக கருணையும் உடைய எம்பெருமானை ஏத்துவதுதான் நாவைப் பெற்றதற்குப் பயன். அவனை ஏத்தும் புகழ்தான் உண்மையான புகழ்.

"இறைவன், பொருள்சேர் புகழ் "

என்று வள்ளுவரும்,

"பூமிமேல் புகழ்தக்க பொருளே"

என்று அப்பரும் எடுத்துச் சொல்வார்கள். ஆதலின் இறைவனை நாடிச் சென்று ஏத்த வேண்டும். அவனுடைய கல்யாண குணங்களைச் சிந்தித்தால் நம் உள்ளம் உருகும். அவற்றைச் சிந்தித்துச் சிந்தித்துச் சொல்ல வேண்டும்.

இறைவன் குணங்கள் நிறைந்தவன்.

"உயர்வற உயர்நலம் உடையவன்"

என்பது ஆழ்வார் வாக்கு.

கோதற்ற குணங்கள் நிறைந்த இறைவனுடைய அருட் செயல்களை நினைத்துப் பார்த்தால் நம் உள்ளம் தூயதாகும். எந்த வகையான குற்றம் இருந் தாலும் போய்விடும். அழுக்குடம்பைக் கங்கை நீராற் கழுவியது போல அழுக்குச் சிந்தையை இறைவனை ஏத்தி அவன் குணங்களை எடுத்துச் சொல்வதால் கழுவித் தூயதாக்கலாம். அப்போது ஊனம்

ஆனவை இருந்த இடம் தெரியாமல் ஒழியும். சிந்தை தெளியும். தேனாக அமுதாக அவன் தித்திப்பான்

இது எளிய வழி உரிய வழி. இதுவே உய்யும் வகை.

தேனு மாய்அமு தாகி நின் றான்தெளி சிந்தையுள்; வானு மாய்மதி சூடவல் லான்மங்க லக்குடிக்
கோனை நாள்தொறும் ஏத்திக் குணங்கொடு
கூறுவார் ஊனம் ஆனவை போய் அறும்; உய்யும் வகை அதே.

(மாசற்று இறைவனுடைய அன்பினாலே தெளிந்த அன்பர்களுடைய உள்ளத்தில் தேனாகவும் அமுதாகவும் இனிமை தந்து நின்றவன், எல்லாப் பூதங்களையும் தனக்குள் அடக்கிய வானத் தைப் போல் யாவற்றையும் தனக்குள் அடக்கிக் கொண்டு சந்திரனைத் தலையிலே அணிந்து கொள்ள வல்லவன், திருமங்கலக் குடியில் எழுந்தருளியிருக்கும் இறைவன் ஆகிய சிவபெருமானை, நாள்தோறும் புகழ் பாடித் துதித்து அவனுடைய குணங்களை எடுத்துக் கூறும் அன்பர்களின் குறைகளானவை முற்றும் போய் ஒழியும்; உய்வதற்கு உரிய வழியும் அதுதான்.

புலன்களில் உள்ள சுவையை மாற்றுவதனால் தேனுமாய் என்றார். இறப்பினின்றும் காப்பாற்றுதலால் அமுதாகி என்றார். சிந்தை சலித்தாலும் தான் சலிப்பின்றி எழுந்தருளியிருப்பவனாதலின் நின்றான் என்றார். சிந்தை உலகியலிற் பட்டு மயலுழந்து கலங்கி நிற்கும் இயல்பு மாறுவதையே இங்கே தெளிதலாகச் சொன்னார். அடுத்தடுத்து நினைப்பதாதலினால் சிந்தை யென்றார். சிந்தையுள் நுண் பொருளாக இருப்பதோடு விரிந்த பொருளாகவும் நிற்கிறான். இந்த இரண்டையும் ஒருங்கே நினைத்துப் பார்த்தால் அவன் பெருமை தெரியும் என்ற கருத்தால், வானாய் என்னாமல் வானுமாய் என்று இறந்தது தழீஇய எச்சவும்மை கொடுத்துப் பாடினார். பிறர் யாரும் மதி சூடும் வன்மை பெற்றிலர், அதற் கென்று தனி வன்மை வேண்டும் என்பார், மதிசூட வல்லான் என்றார். மங்கலக்குடி-சோழ நாட்டுத் திருத் தலங்களுள்

ஒன்று. யாவற்றையும் தன் அருளாட்சிக்கு உட்படுத்தி யவனாதலின் கோன் என்றார்.

நின்றானும், சூடவல்லானுமாகிய கோனை. கோனை ஏத்தி என்று முடியும்.

அன்பில்லாதவர் பிறர்பொருட்டு ஏத்தலின் அருமையாகச் செய்வர்; அன்புடையார் தம்பொருட்டே ஏத்தலினால் நாள்தோறும் ஏத்துவர். நல்லோர் குணங்களை உரைப்பதனால் மனம் உயர்ச்சி பெறுகிறது. எல்லா நல்ல குணங்களுக்கும் உறைவிடமாகிய இறைவன் குணங்களைக் கொண்டு (எடுத்துக்) கூறுவாருக்கு ஊனம் போய் நன்மை உண்டாகும் என்றார். ஏத்துதல் பொது ; குணங்கொடு கூறுதல் சிறப்பு. ஊனம் - குறை. போய் அறும் விலகிச் சென்று ஒழியும். உய்வும் வகை - நன் மையை அடையும் முறை. அதே என்பது, நாள்தோறும் ஏத்திக் குணங் கூறும் முறையைச் சுட்டியது.)

இது திருமங்கலக்குடிப் பதிகத்தில் வரும் ஆறாவது பாட்டு.

விரிந்து குவிந்தவன்

அழகிய தாமரை மலர் பகற் போதில் விரிகிறது. இரவிலே குவிகிறது. அது விரிந்து விளங்கும் போது பார்ப்பதற்கு மிக அழகாக இருக்கிறது. குவிந்த தாமரையிலும் அழகு தோற்றினாலும் விரிந்த தாமரையிலே உள்ள அழகு அதற்கு இல்லை. தாமரை விரியும்போது அதன் இதழ்கள் மாத்திரமா விரிகின்றன? அதன் மணம் விரிகிறது. அதனூடே உள்ள தேன் விரிகிறது. அதற்கு முன் இல்லா செம்மை விரிகிறது. இறுகச் செறிந்த அரும்பிலே மென்மை தெரிவதில்லை; மலர்ந்த மலரில் அது நன்றாகத் தெரிகிறது.

விரிந்த தாமரையைப் பார்த்தால் அதன் அடுக் கடுக்கான இதழ்களும் நடுவே கொட்டையும் தெரியும். மேலே புறவிதழ் இருக்க, அதனையடுத்து அக விதழ்கள் வரவரச் சிறியனவாக, அடுக்கடுக்காக இருக்கின்றன. பிரபஞ்சம் விரிந்திருக்கும் கோலத்தை இந்தத் தாமரையின் விரிவைப் போன்ற தென்றே சொல்லலாம். ஒன்றிலிருந்து ஒன்று விரிந்து விளங்கி நிற்பது பிரபஞ்சம். ஒரு தத்துவத்திலிருந்து மற்றொரு தத்துவம் தோன்ற, அதிலிருந்து மற்றொன்று தோன்ற, கடைசியில் புவனங்களும் விரிந்து நிற்கின்றன. அவை தாமே விரிந்து நிற்கவில்லை. அவ்வாறு விரியும்படி இறைவன் செய்கிறான்.

இப்படியே பிரபஞ்சம் ஒடுங்கும்பொழுது ஒரு தத்துவத்துள் மற்றொன்று ஒடுங்கி வருகிறது விரிந்த மலர் பொழுதானதும் கூம்புவது போல, சர்வ சங்கார காலத்தில் பிரபஞ்சம் முழுவதும் குவிகின்றது. அப்படிக் குவியும்படி இறைவன் செய்கிறான்.

பிரபஞ்சம் விரிவதற்கும் குவிவதற்கும் காரணனாக இருப்பவன் இறைவன். அவன் பிரபஞ்சத் தோடு ஒன்றாகி பேதமாயும் இருப்பவனாகையால் பிரபஞ்சத்தின் விரிவை அவனுடைய விரிவாகவே சொல்லிவிடலாம். அவனுடைய

திருமேனி என்று தனியே ஒன்று இல்லை. பிரபஞ்சமே அவன் மேனி. புவனத்தில் உள்ள அழகெல்லாம் அவ னுடைய பேரழகுதான். புவன சுந்தரனாகிய அவனுடைய பெருமையையும் விரிவையும் ஆற்றலையும் பிரபஞ்சத்தைக் கொண்டே உணர்ந்து கொள்ளலாம்.

தத்துவத்தின் மூல விதையாக இருக்கும் இறைவன் தானே தத்துவங்களாகவும், பிரபஞ்சமாகவும் விரிந்து விளங்குகிறான். ஒடுங்கும் காலத்தில் அவற்றையெல்லாம் ஒடுக்கிக் கொண்டு குவிந்து நுண் பொருளாக நிற்கிறான். உலகம் தோற்றிய பொழுது அவன் விரிந்து விளங்குகிறான். குழந்தைகளுக்கு நீராட்டி ஆடை யணிந்து உணவூட்டி விளையாடவிடும் தாய் அந்தச் செயல்களுக்கு ஏற்ற பண்டங்களைக் கொண்டு சுறுசுறுப்பாக வேலை செய்கிறாள்.

இறைவனும் பிரபஞ்சக் கடையை விரித்து வைக்கும் பொழுது யாருக்கும் இல்லாத சுறுசுறுப்போடு இருக்கிறான். அவன் அருள் என்றும் இல்லாத விரிவை அடைகிறது. பிரபஞ்சத்தை ஒடுக்கும் பொழுது அவன்தன் விரிவைச் சுருக்கிக்கொண்டு குவிகிறான். இவற்றை நினைந்த ஆளுடைய பிள்ளையார்,

விரிந்தனை குவிந்தனை

என்று பாடத் தொடங்குகிறார். திருப்புறம்பயம் என்னும் தலத்திற்குச் சென்று அங்கே எழுந்தருளி யிருக்கும் சாட்சிநாதரையும் கரும்பன்ன சொல்லியம்மையையும் தரிசித்துக் கொண்டு, திரு நெறித் தமிழாகிய பதிகம் பாடலானார்.

பிரபஞ்சமாக விரிந்தும் அவற்றை ஒடுக்கிக் கொள்ளும் போது குவிந்தும் விளங்கும் இறைவன் உயிர்களை என்ன செய்கிறான்? சர்வ சங்கார காலத்தில் எல்லா உயிர்களையும் தன் தாளிணையின் கீழ் ஒடுக்கி மறைத்துக் கொள்கிறான். இதையே திரோ பவம் என்று சொல்வார்கள். மறைப்பான் என்றும், தாளின் கீழ் அடக்குவான் என்றும் சொல்வது

போலவே இறைவன் தன் திரு வயிற்றுக்குள் வைத்துக் கொள்வான் என்றும் சொல்வதுண்டு திருமாலின் அடியார்கள், பிரளய காலத்தில் ஆருயிர்களை யெல்லாம் தன் திரு வயிற்றுக்குள் அடக்கிக் கொண்டு மீட்டும் படைப்புக் காலத்தில் அவற்றைப் புறப்பட விடுவான் என்று சொல்வார்கள். உயிர்கள் அனைத்தையும் உண்டும் மீண்டும் உமிழ்ந்தும் அருள் புரிபவன் இறைவன் என்று கவிஞர்கள் பாராட்டுவார்கள்.

பிரபஞ்சமாகி விரிந்தும், அப்பால் குவிந்தும் நிற்கிற றைவன் குவிந்த காலத்தில் உயிர்க விழுங்குகிறானாம்; பின்பு உமிழ்கிறானாம். திரோபவத்தால் மறைத்து மீட்டும் படைக்கும்போது உயிர்களை உலகில் உலவவிடுவதையே அப்படிச் சொல்கிறார் ஞானசம்பந்தர்.

விழுங்குயிர் உமிழ்ந்தனை

உலகம் தொழிற்படும் பொழுது இறைவனுக்கு வேலை அதிகம். அவன் தன் அருளாணையால் உலகை இயங்கப் பண்ணினாலும் அடியார்கள் இருக்குமிடத்துக் கெல்லாம் சென்று அநுக்கிரகம் செய்யும் கடமையைத் தானே மேற்கொண்டிருக் றான். எங்கே அன்பர்கள் இருக்கிறார்களோ அங்கே சென்று அருள் செய்யும் பொருட்டு அவன் எப்போதும் திரிந்து கொண்டே யிருக்கிறான்.

இவ்வளவும் இறைவனுடைய கருணைத் திறத்தை விளக்குகின்றன.

விரிந்தனை குவிந்தனை; விழுங்குயிர் உமிழ்ந்தனை; திரிந்தனை.

[பிரபஞ்சமாக விரிந்தாய்; சர்வ சங்கார காலத்தில் அவற்றை யெல்லாம் ஒடுக்கிக் கொண்டு குவிந்தாய்; (அப்போது எல்லா உயிர்களையும் நீ திரோபவத்தால் விழுங்கிவிட, அப்பால் படைப்புக் காலத்தில்) முன்பு விழுங்கிய உயிர்களை மீட்டும்

புறப்படவிட்டாய். எப்போதும் இயங்கிக் கொண்டே இருந்தாய்.)

உயிர்களை விழுங்கி உமிழ்வதும் அடியார்களைக் காப்பதற்காக மயங்குவதுமாகிய செயல்களைத் திருமாலின் அடியார்களும் சொல்வார்கள். ராமன் முதலிய அவதாரங்களை எடுத்துத் தன்னைப் புகலடையும் அன்பர்களைக் காக்கும் பொருட்டு 'காணும் கடலும் கடந்து' திரியும் இறைவன் என்று பாடுவர் புலவர்.

உயிரை விழுங்கி உமிழ்ந்து திரியும் செயல்கள் திருமாலுக்கு மாத்திரமா உரியன ? சிவபிரானும் அவற்றைச் செய்கிறார். அவ்விருவரும் வெவ்வேறு அரசு செலுத்தித் தம்முடைய ஆட்சியிலடங்கிய பகுதிகளில் இப்படிச் செய்கிறார்கள் என்று சொல்லலாமா? இருவரும் ஒரே பிரபஞ்சத்திலதான் இந்தக் கருணைத் திருவிளையாட்டை நிகழ்த்துகிறார்கள். உண்மையில் இருவரும் ஒருவர்தாம். ஒருவனே இரு வேறு உருவமாகத் தோற்றமளிக்கிறான்.

ஒரு சாரார் அவனை வலப் பக்கத்திலிருந்து பார்க்கிறார்கள் சிவபெருமானாகக் காண்கின்றனர். மற்றொரு சாரார் இடப் பக்கத்திலிருந்து பார்க்கிறார்கள்; திருமாலாகக் காண்கிறார்கள். இருவரும் ஒருவரே என்பதை ஆழ்வார்கள் பாடி யிருக்கிறார்கள். இருவரும் ஒருவர் என்ற உண்மையைச் சிவபெருமானுடைய இருபத்தைந்து மூர்த்தங்களில் ஒன்றாகிய சங்கர நாராயணத் திருக்கோலம் காட்டும். அந்தக் கோலத்தில் திருமாலோடு ஒன்றியிருக்கிறான் இறைவன். அப்படியின்றித் தான் வேறாக, மால் வேறாகப் பிரிந்து நிற்பதும் உண்டு. இதை ஞானசம்பந்தர் சொல்கிறார்.

குருந்தொசி பெருந்தகையும் நீயும்
பிரிந்தனை புணர்ந்தனை.

[குருந்த மரத்தை ஒடித்த பெருமானாகிய திருமாலும் நீயும் வேறு உருவமுடையவர்களாக இருக்கும்படி பிரிந்து நின்றாய்;

ஒரே திருவுருவத்தில் இருக்கும்படி ஒன்றாகச் சேர்ந்தும் நின்றாய்.]

குருந்தமரத்தை ஒசித்தது கண்ணனாக வந்த போது. அவதார காலத்துச் செயலைச் சொன்னாலும் அது திருமாலின் திருவிளையாட்டாகையால், குருந் தொசி பெருந்தகை என்னும் தொடர் மூல மூர்த்தியாகிய திருமாலையே சுட்டியது.

இவ்வளவு சிறப்பாக இருக்கும் இறைவன் தனக்குரிய இடங்களாகச் சிலவற்றை விரும்பி ஏற்றுக் கொண்டிருக்கிறான். அவன் எங்கும் நிறைந்தவனாக இருந்தாலும் அவனுடைய நினைப்பை யாவருக்கும் ஊட்டும் இடங்கள் அவை. நம்முடைய வீட்டில் பல அறைகள் இருக்கின்றன. எங்கும் இறைவன் இருக்கிறான். ஆயினும் பூசை அறை என்று ஒன்று இருந்தால், அங்கே இறைவன் இருப்பதாகச் சொல்கிறோம். ஏன்? அங்கேயன்றி மற்ற இடங்களில் அவன் இல்லையா?

அப்படியே கோயிலில் இறைவன் இருப்பதாகச் சொல்லி வழிபடுகிறோம். மற்ற இடங்களில் இல்லையா? மனிதர்களைப் போலத் தமக்கென்று வீடும் விலாசமும் வகுத்துக்கொண்டு இருப்பவனா அவன்? இல்லை, இல்லை. நாம் ஓரிடத்தில் இருப்பதற்காக நமக்கென்று வீட்டை வகுத்துக்கொள்கிறோம்; நாமே வகுத்துக் கொள்கிறோம். இறைவன் தனக்கு வேண்டுமென்று பூசை அறையையும் கோயிலையும் தானே வகுத்துக் கொள்ளவில்லை. பக்தர்களே அவற்றை வகுத்திருக்கிறார்கள். அந்த இடங்களில் இறைவன் இருப்பதாக நாம் சொல்கிறோம்; வழிபடுகிறோம். மற்ற இடங்களிலே சாமான்ய மக்கள் இறைவனை வழிபடுவது இல்லை. காரணம் என்ன?

மற்ற இடங்களில் இறைவனுடைய நினைவு நமக்கு வருவதில்லை. அதற்கு ஏற்ற சூழ்நிலை அங்கே இல்லை. ஆனால் பூசை அறையிலும் கோயிலிலும் அந்தச் சூழ்நிலை இருக்கிறது. அதனால் கடவுள் நினைவு நமக்கு உண்டாகிறது.

அந்த நினைவு நம்மிடத்தில் எழும்போது அங்கே கடவுள் இருக்கிறார் என்று சொல்கிறோம். நிலத்துக்கடியில் எங்கும் தண்ணீர் இருந்தாலும், கிணற்றில் தண்ணீர் இருக்கிறது என்று சொல்கிறோம். ஓரிடத்தில் முயன்று வெட்டித் தண்ணீரைக் காண்பதனால் அவ்வாறு சொல்கிறோம். கோயிலில் இறைவனுடைய நினைவும் தியானமும் அவற்றால் அன்புப் பெருக்கமும் அமைவதனால் இறைவன் அங்கே இருப்பதாகச் சொல்கிறோம்.

எனவே, கடவுள் நினைவைத் தோற்றுவிக்கும் இடங்களெல்லாம் அவன் விரும்பி உறையும் கோயில்கள் என்று சொல்லிவிடலாம். கோயிலுக்குப் போகாத மனிதர்களும் கடவுளை நினைக்கும் இடம் ஒன்று உண்டு. எடுத்தவுடனே நேரடியாகக் கடவுளை நினைப்பது அன்பர்களின் இயல்பு. தமக்கு ஒரு துன்பம் வந்தால் நினைப்பது எல்லா மக்களுக்கும் இயல்பு. துன்பமோ, பயமோ உண்டானால் உடனே கடவுள் நினைவு வரும். உலகம் நிலையாது என்பதையும், நம்முடைய வாழ்க்கை நிலையாது என்பதையும் உணரும்போது என்றும் நிலையான பரம்பொருளை எண்ணும் நிலை வரும். யாரேனும் இறந்து போனால் மனிதர்களுக்குத் தாமும் இறக்கக் கூடியவர்களே என்ற நினைவு வருகிறது. இறந்தவர்களின் பிணத்தோடு மயானம் செல்கிறார்கள். மயானத்தில் புகுகின்ற எவருக்கும் வாழ்க்கை நிலையாமை நினைவுக்கு வருகிறது."இனி இறைவனை வழிபட்டு நல்ல கதி பெற வேண்டும்" என்ற வேட்கையும் எழுகிறது. இதைத் தான் 'ஸ்மசான வைராக்கியம்' என்று சொல்வார்கள்.

கோயில்களைக்காட்டிலும் மயானமே மக்களுக்கு மரண பயத்தையும், அந்தப் பயத்தைப் போக்கும் இறைவன் ஒருவன் உள்ளான் என்ற நினைவையும் அழுத்தமாக உண்டாக்குகிறது. மக்களுக்குக் கடவுள் நினைவு எழும் இடம் எதுவோ அதுவே அவன் கோயில் என்றால், அந்த நினைவு தெளிவாக உண்டாகும் இடமாகிய மயானமும் அவன் திருக்கோயில் என்று சொல்வதில் என்ன பிழை? அதனால்தான் இறைவன்

மயானத்தில் எழுந்தருளியிருக்கிறான் என்று சொல்வர் பெரியோர். மற்ற எல்லா இடங்களையும் விட அந்த இடத்தில் இறைவனுடைய உண்மை நன்றாகப் புலப்படுகிறது. ஆகவே பிணம் புகும் மயானத்தில் அவன் விரும்பி எழுந்தருளி மகிழ்கிறானாம்.

மற்றவர்களுக் கெல்லாம் மயானம் தங்குவதற்குரிய இடம் அன்று. மாடமாளிகைகளை யெல்லாம் பிறருக்கு அளித்துவிட்டு மயானத்தில் நான் இருப்பேன் என்று சொல்லும் பெருமானது கருணையை நினைத்துப் பார்க்க வேண்டும். யாவருக்கும் உணவு அருத்திவிட்டுப் பாத்திரத்தின் அடியிலே கருகிக் கிடக்கும் மிச்சத்தை உண்ணும் தாய் போல இறைவன் மற்றவர்கள் வாழ விரும்பாமல் ஒதுக்கிய இடத்தில் விரும்பி வாழ்கிறான். நிலையாமையை மக்களுக்கு நினைப்பூட்டும் தகுதி அவ்விடத்துக்கு இருப்பதனால்தான் அவ்வாறு எழுந்தருளியிருக்கிறான்.

பிணம்புகு மயானம்
புரிந்தனை மகிழ்ந்தனை, புறம்பயம் அமர்ந்தோய்.

[பிணங்கள் புகுகின்ற மயானத்தை விரும்பி எழுந்தருளி அதனை நின் இருக்கையாக ஏற்று மகிழ்ந்தாய், புறம்பயத்தில் அமர்ந்தருளிய பெருமானே!

புரிந்தனை - விரும்பி; முற்றெச்சம்.மகிழ்ந்தனை -இருக்கை யாக ஏற்றுக்கொண்டு மகிழ்ச்சி பெற்றாய்.]

இறைவன் பிரபஞ்சமாகி விரிந்து நிற்கிறான்; அவை ஒடுங்கும்போது குவிந்து நிற்கிறான். எல்லாம் ஒடுங்குங் காலத்தில் தனக்குள்ளே அடக்கிய உயிர்களையெல்லாம் பிறகு படைக்குங் காலத்தில் வெளிவிடுகிறான். அடியார்களுக்கு அருள் செய்யும் பொருட்டுக் கணமேனும் சும்மா இராமல் திரிந்த படியே இருக்கிறான். திருமாலும் தானும் வெவ்வேறாகப் பிரிந்தும், ஒரே உருவத்தில் ஒன்றியும் இருப்பது உண்டு. பிணங்கள் புகும் மயானத்தைத் தன் இருக்கையாகக் கொண்டு எழுந்தருளியிருக்கிறான்

என்பவற்றை நினைந்து புறம்பயம் அமர்ந்த இறைவனை முன்னிலைப் படுத்திச் சொல்கிறார் சம்பந்தர்.

விரிந்தனை, குவிந்தனை; விழுங்குயிர் உமிழ்ந்தனை திரிந்தனை
; குருந்தொசி பெருந்தகையும் நீயும்
பிரிந்தனை, புணர்ந்தனை; பிணம்புகு மயானம்
புரிந்தனை,மகிழ்ந்தனை; புறம்பயம் அமர்ந்தோய்

யார் அறிவார்?

"மனத்தினால் மனிதனாகிறான்" என்று வட மொழியில் ஒரு செய்யுள் உண்டு. வாசனை ஏறி குறிப் படலம் படலமாக அடுக்கி நிற்க, அமைந்த மனந்தான் மனிதனுடைய இன்ப துன்பங்களுக்குக் காரணமாகிறது. மனத்தின் வசப்பட்டு வாழ்வாருக்கு நிலையான முயற்சியும் நிலையான வாழ்க்கையும் இருப்பதில்லை. மனம் போன போக்கின் படியே போகிறவர்கள் மேலும் மேலும் பிறவிப் பிணிக்கு ஆளாவார்.

ஆனால் அந்த மனத்தைக் கொண்டே நன் னெறியிலே சென்று நற்பயன் கொள்ளலாம். மனத்தின் வசப்பட்டு நாம் இயங்காமல் நம் வசப்பட்டு மனம் இயங்கினால் நன்மை உண்டாகும். அதற்கு நெடுங்காலப் பழக்கம் வேண்டும். அடியார்களின் கூட்டத்திலே பழகுவதனால் மனத்தின் இயக்கம் நம் வசப்பட்டு வரும். மனத்தை அடக்கிப் பின்பு அதனை அழித்தால் இன்பம் உண்டாகும். மனம் அழிவதற்கு அந்த மனத்தையே துணையாகக் கொள்ள வேண்டும்.

ஞானசம்பந்தப் பெருமான் மனத்தைப் பார்த்துப் பேசுகிறார்; நாம் பேச வேண்டியதை அவர் பேசிக் காட்டுகிறார். சொன்னபடி கேளாத குழந் தையைத் தட்டிக் கொடுத்து வேலை வாங்குவது போல நெஞ்சத்தைத் தட்டிக் கொடுக்கிறார்.

"நீ நல்ல நெஞ்சம் அல்லவா? உன்னாலே தானே எனக்கு இன்பம் உண்டாக வேண்டும்? எங்கும் பரந்து அளவு கடந்து நிற்கும் பரம்பொருளை உனக்குள்ளே அடக்கிக் கொள்ளும் ஆற்றல் உனக்கு இருக்கிறதே ! நீ நினைத்தால் நல்ல கதியை

அடைவிக்கும் சக்தி உன்பால் உண்டு. நீ நல்ல துணையாக இருந்தால் நான் உய்ந்துவிடுவேனே! நல்ல நெஞ்சமே."

நெஞ்சு: நான் இப்போது என்ன செய்ய வேண்டும்? சொன்னபடி செய்ய நான் காத்திருக்கிறேனே!

ஞான சம்பந்தர்: நீ தினந்தோறும் நினைப்பாயாக.

நெஞ்சு: என்னுடைய தொழிலே நினைப்பதுதானே? அது புதியதாக இப்போது செய்ய வேண்டியது அல்லவே !

ஞான: நினைப்பே உருவாக இருக்கிற யென்பதை நான் அறிய மாட்டேனா?கண்ட கண்ட பொருளை யெல்லாம் நினைப்பதை நான் சொல்ல வரவில்லை. நான் சொல்வதை நினைக்க வேண்டும்.

நெஞ்சு: எல்லாப் பொருளையும் நினைத்துக்கொண்டு தானே இருக்கிறேன்? புதியதாக நினைக்க எந்தப் பொருள் இருக்கிறது?

ஞான: புதிய பொருள் அன்று; பழைய பொருள் தான். நீ எப்போதாவது அந்தப் பொருளை நினைக்கிறாய். அது போதாது. நாள் தோறும் நினைக்க வேண்டும். சாய்க்காட்டில் எழுந்தருளி யிருக்கும் சிவவெருமானை நினைக்கவேண்டும்.

நெஞ்சு: எதற்காக?

ஞான: நீ எப்போதாவது துன்பம் வந்தால் நம் கவலையைப் போக்குவார் யாரென்று சிந்தித்துத் தேடுகிறாயே. எல்லாத் துன்பங்களிலும் பெரிய துன்பம் மரணம். அதனைப் போக்கி, மீட்டும் பிறவாமல் காத்து ஆட்கொள்ளும் பெருமான் அவன். ஆகையால் அவனை நினைக்கவேண்டும். நாள்தோறும் நினைக்கவேண்டும்.

நெஞ்சு: மரணம் வரும்போதல்லவா அந்தத் துன்பத்தினின்றும் மீள அவனை நினைக்க வேண்டும்? இப்பொழுதே அது பற்றிய கவலை எதற்கு?

ஞான: *மரணம் வரும்போது நினைக்கவேண்டும் என்பதையாவது உறுதியாக நம்புகிறாயா?*

நெஞ்சு: *ஆம்; இறைவன் தனக்குவமை இல்லாதவவன். அவன்தான் யாராலும் தீர்க்க இயலாத மரணக் கவலையைப் போக்குவான் என்று தெரிந்துகொண்டேன். ஆனால் அதற்காக இப்போதே அவனை நினைத்து அவனுக்கு வேலை கொடுப்பானேன்?*

ஞான: *மரணம் வரும்போது அவனை அழைக்கலாம் என்பது நல்ல நினைவுதான். எப்போது அழைத்தாலும் வந்து அருள் செய்யும் கருணைக் கடல் அவன். எனக்கு இப்போது செவ்வி இல்லை என்று சொல்லமாட்டான். 'வேறு ஒருவனுக்கு உதவிசெய்ய வேண்டும். ஆதலின் உன்னிடம் வர இயலாது' என்றும் சொல்லமாட்டான். ஒரே சமயத்தில் உலகில் உள்ள அனைவரும் அழைத்தாலும் உடனே அனைவருக்கும் அருள் செய்வான். அவன் சர்வாந்தர்யாமி ஆதலின் ஒரே காலத்தில் பலருக்கு உதவும் ஆற்றல் உடையான்.*

நெஞ்சு: *ஆதலின் துன்பம் வரும்போது அவனை அழைத்தால் போதுமே!*

ஞான: *அது சரிதான். ஆனால் மரணம் இன்ன நேரத்தில்தான் வரும் என்பது திட்டமாகத் தெரியுமா? இவ்வளவு காலம் வாழ்வோம், இன்ன காலத்தில் நமக்கு மரணம் நேரும் என்று யாராவது தெரிந்து கொண்டிருக்கிறார்களா? மரணம் ஏற்படும் நேரம் இன்னது தான் என்று தெரிந்து கொள்ளும் ஆற்றல் இருந்தால் அது வரும்போது நினைக்கலாம் என்று இருக்கலாம். அதுதான் யாருக்கும் தெரியாதே!*

நெஞ்சு: *ஆம், யாரும் அதை அறியமாட்டார்கள்.*

ஞான: *யமன் தான் வரும் நேரம் இன்ன தென்று முன்னே அறிவிப்பதில்லை. மனிதராகப் பிறந்தாருக்கு இன்ன பிராயத்தில் மரணம் நேரும் என்ற வரையறையும் இல்லை. மனிதருக்கு வயசு நூறு என்று சொல்வது, எல்லோரும்*

அத்தனை காலம் வாழ்வார் என்று நினைந்து சொல்வது அல்ல. மனிதன் அதிக நாள் வாழ்ந்தால் நூறு ஆண்டுகள் வரையில் வாழலாம் என்ற கருத்தோடுதான் அந்தக் கணக்கு உண்டாகியிருக்கவேண்டும். ஒவ்வொரு மனிதனும் தனித் தனியான ஆயுட் கணக்கை உடையவனாக இருக்கிறான். அறுபது ஆண்டிலே சிலர் இறக்கிறார் கள். அதைக் கொண்டு அவருடைய மக்கள் அறுபதாவது ஆண்டிலே இறந்து போவார்கள் என்று சொல்வதற்கில்லை. எண்பது ஆண்டு வாழ்ந்தவருடைய பிள்ளை எட்டு ஆண்டிலே இறப்பதும் உண்டு. முப்பது ஆண்டு வாழ்ந்தவருடைய மகன் எண்பது ஆண்டு வாழ்ந்ததும் உண்டு. எந்தச் சார்பைக் கொண்டும் சாநாளும் வாழ் நாளும் இன்னவை என்று அறிதல் அரிது. அறிந்தார் இலர். இந்த உண்மையை பார்க்கும்போது, மரணக் கவலையை மாற்ற வேண்டுமானால் அப்போது பார்த்துக் கொள்ளலாம் என்று இருக்க முடியாது.

நெஞ்சு: *அப்படியானால் என்ன செய்வது?*

ஞான: *அதைத்தான் சொல்ல வருகிறேன்; கேள், இறக்கும் காலம் இன்னதென்று யாருக்கும் தெரியாதென்பதை நீ அறிந்து கொண்டாய் அல்லவா? ஒரு கால் அதனை அறியும் ஆற்றல் யாருக்கேனும் இருந்தாலும் அவனும் மரணக் கவலையை மாற்ற முடியாது.*

நெஞ்சு: *ஏன்?*

ஞான: *இறைவனை மரண சமயத்தில் நினைக்க வேண்டுமானால் அதற்கு நெடுங்காலப் பயிற்சி வேண்டும். உழுங் காலத்திலெல்லாம். ஊர் சுற்றி விட்டு அறுக்கும் காலத்தில் அரிவாள் எடுத்து வந்தால் அவனுக்கு என்ன கிடைக்கும்? பல காலமாக இறைவனைத் தியானித்துத் தியானித்துப் பழகினால்தான் எந்தச் சமயத்திலும் அவனை நினைக்க வரும்.*

நெஞ்சு: *தாங்கள் என்னதான் வழி சொல்கிறீர்கள் ?*

ஞான: *சாநாளும் வாழ்நாளும் அறியாமல் இருக்கிறோம். மரணம் வருவது உறுதி. அது எந்தச் சமயத்திலும் வரக்கூடும். அதற்கு ஏற்ற பாது காப்பை எப்போதுமே உடையவர்களாக இருந்தால் அதைப் பற்றிய கவலையே வேண்டுவதில்லை. உணவைச் சேமித்து வைத்திருப்பவனுக்குப் பசி வருமே என்ற கவலை இல்லை. எப்போது பசித்தாலும் உண்டு பசியாறலாம். மரணக் கவலையை நீக்கும் இறைவனை எப்போதுமே நினைத்து வழிபட்டால், மரணம் எப்போது வந்தாலும் அதற்கு அஞ்சவேண்டியதில்லை. ஆதலின் நெஞ்சமே. நீ நாளும் சாய்க்காட்டு எம் பெருமானை நினை கண்டாய்.*

நீ நாளும் நன்னெஞ்சே
நினைகண்டாய்; யார் அறிவார்
சாநாளும் வாழ்நாளும்?

நெஞ்சு: *நினைந்தால் போதுமா?*

ஞான: *நினைப்பு எழுந்தால் அது செயலாக விளையும். எந்தக் காரியம் செய்தாலும் மனத்தோடு செய்தால் அதற்குப் பலன் அதிகம். மனத்தில் ஆர்வத்தோடு செய்யும் அறமே அறம்.*

"மனத்துக்கண் மாசிலன் ஆதல் அனைத்தறன்;
ஆகுல நீர பிற"

என்பதை நீ கேட்டதில்லையா? உன்னிடத்திலே நினைப்பு எழுந்தால் இறைவனுடைய திருமுன் உடம்பும் வாக்கும் தொழிற்படும். நீ போகிற வழியே அவை தொடர்ந்து வரும். இறைவனுடைய நினைவு உனக்கு வந்து விட்டால் அந்த நினைவு பலபல உருவத்தைக் கொள்ளும். இறைவனை மலரெடுத்துப் பூசிக்க வேண்டும் என்று நினைப்பாய். கையாலே சில மலரைப் பறித்துப் பூசிக்கும் அளவிலே உன் விருப்பம் நில்லாது. சுமை சுமையாக மலரைச் சுமந்து சென்று பூசிக்க வேண்டும் என்று தோன்றும். உலக வாழ்விலே பொருளானாலும் போகமானாலும் அளவின்றி விரும்புவது உன் இயல்பாயிற்றே!

இறைவனிடல் மெய்யான அன்பு தலைப்பட்டால் அவன்திறத்துச் செய்யும் செயல்களுக்கு அளவு ஏது? ஆதலின் மலரைத் தினந்தோறும் சுமை சுமையாகத் தலையோ சுமந்து சென்று பூசிக்க ஆசை தோன்றும். அப்படியே செய்யவும் கூடும். இறைவன் உருவமும் நாமமும் இல்லாதவன் ஆனாலும் ஆருயிர்களின் அன்பு படர்வதற்குப் பற்றுக்கோடு வேண்டுமென்று உருவங்களையும் நாமங்களையும் ஏற்றுக் கொண்டிருக்கிறான். அவனுடைய திவ்ய மூர்த்தங்களைப் பூசித்து வழிபடுவது அன்பர்களுக்கு இனிக்கின்ற செயல். ஆதலின் மனத்திலே அன்பு முறுக முறுக இறைவனுடைய மங்கலத் திருவடிவங்களைப் பூசித்து வழிபடும் செயல் மிகுதியாகும்.

நெஞ்சு: பூ நாளும் தலைசுமக்கும்படி நினைக்கிறேன். பிறகு?

ஞான: இறைவனுடைய கருணைத் திருவிளையாடல்கள் பல அவனுடைய குணநலங்கள் பல. அவனைப் புகழும் அன்பர்கள் இவற்றை யெல்லாம் எடுத்துச் சொல்லிப் பாராட்டுவார்கள். அவனுடைய திருநாமங்களை வாயாரச் சொல்லுவார்கள் அவற்றை யெல்லாம் கேட்கும்போது காதுக்கு இனிக்கும். தன் காதலனுடைய செயல்களையும் நாமத்தையும் கேட்கும்போது காதலிக்கு இனிப்பது போல அவை இனிக்கும். எங்கே யார் இறைவன் புகழைப் பேசுகிறார்கள், இறைவன் நாம் பஜனை செய்கிறார்கள் என்று தேடிப் போய்க் கேட்கும்படியான ஆர்வம் உண்டாகும். அன்பு இப்படி யெல்லாம் விளையும். இறைவனுடைய புகழையும் நாமத்தையும் செவி கேட்பதோடு நின்றுவிட முடியுமா? நாமும் நவிலவேண்டும் என்ற ஆவல் எழும். இடைவிடாது நவின்று ஏத்த வேண்டும் என்ற ஆர்வம் மீதூரும். தலை பூவைச் சுமக்க, காது புகழையும் நாமத்தையும் கேட்க, நா நாள்தோறும் அந்தப் புகழையும் நாமத்தையும் நவின்று ஏத்த இவ்வாறு உரமேறி வரும் அன்பினாலே நல்ல வினையைப் பெறலாம்; புண்ணியம் உண்டாகும். இந்தப் புண்ணியம் சொர்க்க போகத்தைத் தருவதோடு நிற்பது அன்று, சிவபோகத்தைத் தரும் புண்ணியம் இது. எல்லாவற்றிற்கும்

மூலம், நல்ல நெஞ்சமாகிய நீ இறைவனை அன்போடு நினைப்பதுதான், மனம், வாக்கு, காயம் என்னும் மூன்று கரணங்களில் தலைமைபெறும் கரணம் நீதானே? நீ இயங்கும் வழியிலே மற்ற இரண்டும் இயங்கும்.தலையும் செவியும் இயங்க மற்ற உறுப்புக்களும் அன்புச் செயலைச் செய்யும். நாவும் இறைவன்பால் இயங்கும். இப்படி மூன்று கரணங்களும் அன்பு மயமாக இயங்கினால் நிச்சயமாக நல்ல புண்ணியத்தைப் பெறலாம்.

நீ நாளும் நன்னெஞ்சே,
தினைகண்டாய்; யார் அறிவார்
சாநாளும் வாழ்நாளும்?
சாய்க்காட்டுஎம் பெருமாற்கே
தாளும் தலைசுமப்பப்
புகழ்நாமம் செவிகேட்ப
நாநாளும் நவின்றேத்தப்
பெறலாமே நல்வினையே.

[நாளும் - ஒவ்வொரு நாளும்; எப்போதும். சாநாள் சாம்நாள்; சாகும் நாள். சாய்க்காடு-சோழநாட்டில் காவிரிப்பூம் பட்டினத் துக்கு அருகில் உள்ள தலம்; சாயா வனம் என்றும் வழங்கும். நவின்று - காமத்தை அடுத்தடுத்துக் கூறி, ஏத்த - துதி செய்ய நல்வினை - புண்ணியம்; இங்கே சிவபுண்ணியம்.]

முக்குள நீர்

மனத்தை வசப்படுத்தி அமைதி காண்பதுவே எல்லாச் சமயத்திலும் காணும் அடிப்படையான நெறி. அதனை வசப்படுத்தும் முறைகளில் வேறு பாடு இருக்கலாம். ஆனால் அந்த முறைகளினால் அடையும் பயன் ஒன்றுதான்.

மனம் தனியே இயங்காது. அது ஐந்து பொறிகளின் வாயிலாக இயங்குகிறது; நுகர்ச்சியை அடைகிறது; அந்த நுகர்ச்சிகளின் வாசனையே தன் உருவமாக இருக்கிறது. மனத்தில் தோன்றும் எண்ணங்கள் ஐம்பொறிகளின் சார்புடையவை. கண் என்னும் பொறியினால் உருவத்தைக் காண்கிறோம். அந்தக் காட்சி மனத்தில் நினைவாகப் பதியும். காதினால் ஒரு பெயரைக் கேட்கிறோம்; அந்தப் பெயரும் மனத்தில் பதியும். இப்படியே ஐந்து பொறிகளின் அநுபவங்களும் மனத்தில் பதிந்து வாசனையாக நிற்கின்றன. நல்ல வகையிலே அநுபவங்கள் இருந்தால் மனத்திலே நல்ல வாசனை அமையும். அல்லாத வகையில் இருந்தால் பொல்லாத வாசனை அமையும். மனம் நல்ல வாசனை அமைந்ததாக இருந்தால் நல்ல எண்ணங்களும் உயிருக்கு இன்பத்தைத் தரும் அமைதியும் அதனிடம் உண்டாகும். நல்ல வாசனை அமைவதற்கு ஐம் பொறிகளும் நல்ல நுகர்ச்சியை அடையவேண்டும்.

ஐம்பொறிகளையும் நல்லோர்களுடைய தொடர் யினால் நல்ல செயல்களில் ஈடுபடுத்தலாம். நல்ல செயல்கள் பல வகை. இடத்தாலும் காலத்தாலும் அவை மாறுபடுகின்றன. அவற்றைத் தேர்ந்து செய்வது எளிதன்று. நல்ல செயல்களைச் செய்வது நல்லது தான். ஆனால் அல்லாத செயல்களைச் செய்யாமல் இருப்பதுதான் மிக மிக முக்கியம். அதனால் ஐந்து பொறிகளும் பொல்லாத செய்கைகளில் ஈடுபடாமல்

இருப்பதற்கு அவற்றை இறைவனுடைய நினைவு வருவதற்குரிய செயல்களில் ஈடுபடுத்தும் தந்திரத்தை ஆன்றோர்கள் அறிவுறுத்தினர். ஒரு பண்டத்தைக் கையில் எடுத்த குழந்தையிடம்,"அதைத் தொடாதே; போட்டுவிடு" என்றால் போடாது. அதற்கு வேறு ஒரு பண்டத்தைக் காட்டி, "இந்தா, இதை வாங்கிக் கொள்" என்றால் அது நாம் சொல்லாமலே தன் கையில் உள்ளதைக் கீழே போட்டுவிட்டு நாம் கொடுத்ததை வாங்கிக் கொள்ளும். இப்படியே தீய செயல்களில் ஈடுபடும் ஐம் பொறிகளுக்கும் இறைவனது தொடர்புடைய வேலைகளைக் கொடுத்தால் அவை அவற்றில் ஈடுபட ஈடுபட மற்றவற்றின் தொடர்பு குறையும்; மனமும் கெட்ட வாசனை குறைந்து பின்பு அறவே நீங்கி இறைவனது நினை விலே நிற்கும்.

இதற்காகத்தான் ஆன்றோர்கள் இறைவனுடைய திருவருளையே துணையாகக் கொண்டு, இறைவன் தன் கருணையாற் காட்டிய உருவங்களைக் கண்டு மற்றவர்களுக்கும் அவற்றை வெளிப்படுத்தினார்கள். அந்த உருவங்களுக்குப் பூசை முதலியன இயற்றும் முறைகளை விரிவாக அமைத்துத் தந்தார்கள். பல தலங்களில் பல மூர்த்திகளைத் தாபித்தார்கள்; பல தீர்த்தங்களை அமைத்தார்கள். பலகாலம் உலகில் வாழப்பிறந்த மக்கள் தம் வாழ்நாளில் மூர்த்தி தலம் தீர்த்தங்களைத் தரிசித்துப் பயன் கொள்ளத் தொடங்கினால் அந்த வகையில் நெடுங்காலம் செல்லும். ஐம்பொறிகளுக்கும் உரிய அநுபவங்களில் பெரும்பாலானவை இறைவனுடைய தொடர்புடை யனவாகவே இருக்கும்.

கண்ணாலே அழகிய காட்சிகளைக் காணவேண்டும் என்ற அவா இருப்பது மனித இயல்பு. திருக் கோயில்களில் கண்ணுக்கினிய சிற்பக் காட்சிகளையும் மலர் நிறைந்த நந்தவனங்களையும் விக்கிரகங்களையும் திருவுலாக்காட்சிகளையும் பரத நாட்டியங்களையும் கண்டு களிக்கலாம். இனிய இசைப் பாடல்களைக் கேட்டுக் களிக்கலாம். அறுசுவை உண்டிகளையும் இறைவனுக்கு

நிவேதனம் செய்து நுகரலாம். இனிய நீரில் ஆடித் தண்ணிய தென்றல் வீச இன்புறலாம். நறுமலர், தூபம் ஆகியவற்றின் மணத்தைத் துய்க்கலாம். இப்படி ஐம்பொறிகளின் நுகர்ச்சிகளும் இறைவனோடு தொடர்புடையனவாகவே இருப்பதால் மனமும் இறைவனோடு சார்ந்த எண்ணங்களையே பெரும்பாலும் எண்ணும். அதனால் தீய எண்ணங்களுக்கு இடமில்லாமல் ஒழியும். இத்தகைய நல்ல பயனைக் கருதியே தமிழ் நாட்டில் மூர்த்தி தலம் தீர்த்தங்கள் அமைந்தன.

"மூர்த்திதலம் தீர்த்தம் முறையாய்த் தொடங்கினர்க்கு வார்த்தை சொலச் சற்குருவும் வாய்க்கும் பராபரமே"

என்று தாயுமானவர் பாடினார்.

திருவெண்காடு பழைய தலங்களில் ஒன்று சோழ நாட்டில் காவிரிப்பூம் பட்டினத்தை அடுத்து விளங்குவது. வால்மீகிராமாயணத்தில் அந்தத் தலச் செய்தி வருகின்றது. அங்கே சோம தீர்த்தம், சூரிய தீர்த்தம், அக்கினி தீர்த்தம் என்ற மூன்று தீர்த்தங்கள் இருக்கின்றன. அவற்றை முக்குளம் என்று சொல்வார்கள். அந்தத் தீர்த்தங்கள் மிக்க புனிதமானவை. அவற்றில் மூழ்கினவர் தாம் வேண்டும் பொருள்களைப் பெறுவர் என்ற நம்பிக்கை அன்பர்கள் மனத்தில் நெடுங்காலமாக இருந்து வருகிறது.

திருஞான சம்பந்தப் பெருமான் திருவெண் காட்டுக்கு எழுந்தருளினார். தமிழ் நாட்டிலுள்ள பல ஊர்களிலிருந்தும் அடியார்கள் அங்கே வந்து இறைவனை வழிபட்டார்கள். அவர்களுடைய பக்தியையும் நம்பிக்கையையும் கண்டு இறைவன் கருணையை வியந்து மகிழ்ந்தார் சம்பந்தர். அடியார்களை அணுகி விசாரித்தார்.ஒருவர், "என்னுடைய மனைவியை நெடு நாட்களாகப் பேய் பிடித்திருந்தது. ஒரு பெரியவர் வெண்காட்டு முக்குளத்தில் ஒரு மண்டலம் நீராடிச் சுவேதாரணியேசுவரரையும் பிரம்ம வித்தியா நாயகியையும் வழிபட்டால் இந்தத் துன்பம் தீரும் என்று சொன்னார். அவர்

கூறியதை நம்பி இங்கே வந்து நீராடி வழிபட்டோம். இப்போது என் மனைவிக்கு யாதொரு குறையும் இல்லை. பழைய தொல்லை நீங்கியது. நாற்பத்தெட்டு நாள் இருக்க வேண்டும் என்ற சங்கற்பம் இருப்பதனால், பேய்த் தொல்லை நீங்கினாலும் நாங்கள் இங்கே இருந்து வருகிறோம். அதன் பயனை இப்போது உணர்ந்தோம். தேவரீரைத் தரிசிக்கும் பேறு கிடைத்தது" என்று சொல்லி அவரும் அவர் மனைவியும் சம்பந்தப் பெருமான் திருவடியில் வீழ்ந்து பணிந்தனர். வேறு சில மகளிர் பேயாடுவதையும் அப்பெருமான் பார்த்தார்.

மற்றோர் அன்பர் வந்தார். "உங்கள் குறை என்ன? அது நிறைவேறி விட்டதா? நிறைவேறப் போகிறதா?" என்று கேட்டார்.

அந்த அன்பர் பெருஞ்செல்வர். அந்தச் செல்வத்தைத் தமக்குப்பின் அனுபவிக்கப் பிள்ளையின்றி வருந்தினார். தானமும், தவமும் புரிந்தார். கடைசியில் திருவெண்காட்டுக்கு வந்து முக்குள நீரில் தம் மனைவியுடன் மூழ்கிச் சில காலம் அந்தத் தலத்தில் இருந்தார். ஊர் சென்ற ஓராண்டில் அவருக்குக் குழந்தை பிறந்தது. அந்த ஆண் குழந்தைக்கு இப்போது ஓராண்டு நிரம்பி விட்டது. குழந்தைக்கு வெண்காடன் என்று பெயர். அக்குழந்தையையும் எடுத்துக் கொண்டு இப்போது தரிசனத்துக்காக வந்திருக்கிறார்.

இந்தச் செய்தியைக் கேட்டார் திருஞான சம்பந்தர். அந்தக் குழந்தைக்கு ஆசி கூறினார். தம்பதிகளை வாழ்த்தினார்.

அடுத்தபடி ஓரன்பர் வந்தார். தமக்கு நெடு நாட்களாக இருந்த நோய் முக்குள நீரில் ஆடியதால் போயிற்று என்று சொன்னார். மற்றொருவர் தம் மகளுக்கு ஏற்ற வரன் கிடைக்காமல் திண்டாடி இறுதியில் இங்கே வந்து முக்குளத்தில் ஆடிய பிறகு சிறந்த மாப்பிள்ளையைப் பெற்றதாகக் கூறினார். வறுமை நீங்கிச் செல்வம் பெற்றரும், நீங்கி அமைதி அடைந்தாரும், காணாமற் போன உறவினரை மீட்டும் காணப் பெற்றாரும், தாம் வேண்டிய கல்வித் துறையில் புலமை

பெற்றோரும், பெற எண்ணி வழிபடுவோருமாகப் பலரைச் சம்பந்தர் கண்டார். இறைவன் கருணையை நினைந்து நினைந்து இன்புற்றார். பாவம் போக்கி நினைந்த வற்றையெல்லாம் தரும் முக்குளத்தையும், திருவெண் காட்டப்பனையும் கண்டு கண்டு உருகினார். தாம் கண்டவற்றையும் கேட்டவற்றையும் தாம் பாடிய பதிகத்தில் இணைத்து மொழிந்தார்.

பேய்அடையா,பிரிவு எய்தும்;
பிள்ளையினோடு உள்ள நினைவு
ஆயினவே வரம்பெறுவர்;
ஐயுறவேண் டாஒன்றும்;
வேயனதோள் உமைபங்கன்
வெண்காட்டு முக்குள நீர்
தோய்வினையார் அவர்தம்மைத்
தோயாவாம் தீவினையே.

[மூங்கிலைப் போன்ற வழுவழுப்பும் பசுமை நிறமும் உள்ள தோளைப் பெற்ற உமாதேவியைத் தன் பங்கிலே வைத்தருளும் இறைவனுக்குரிய திருத்தலமாகிய திருவெண்காட்டில் உள்ள முக்குள நீரில் தோய்ந்து ஆடும் செயலுடையாரைத் தீய செயல்கள் சாரா; அவர்களைப் பேய்கள் அடையா; முன்பே அடைந்திருந்தால் பிரிந்து நீங்கிவிடும். பிள்ளை வேண்டுமென்றால் அதனையும் அதனோடு மனத்தில் வேறு எவற்றை நினைந்தார்களோ அவற்றையும் பெறுவார். இவற்றை அடைவதுபற்றிச் சிறிதளவும் ஐயுற வேண்டாம்.

பேய் பல வகையாதலின் அடையா என்று பன்மையினாற் சொன்னார். பிரிவெய்தும் என்றது முன்பு அடைந்தவற்றை நினைந்து. உள்ளம் நினைந்தனவாகிய வரங்கள் ஒன்றும் - சிறிதளவும். வேய் மூங்கில். முக்குளம் - சோம சூரியாக்கினி தீர்த்தங்கள். தோய்தல் - நீராடுதல். வினைசெயல். வினையாராகிய அவர் தம்மை. தோயா சாரா தீவினை-தீய செயல்; பாவமும் ஆம்.]

இறைவனுடைய நினைவோடு நீராடித் தொழு பவர்களிடத்தே தீய வினை தோயா என்று சம்பந்தர் சொல்வது நினைவு கொள்வதற்குரியது. சூழ்நிலையினாலும் பழக்கத்தாலும் பழைய வாசனை மாறி நல்ல செயல்களிலே ஈடுபடுவார்கள் என்று கூறுகிறார்.

இப்பாட்டோடு தொடர்புடைய வரலாறு ஒன்று உண்டு. அது வருமாறு:

நடுநாட்டில் பெண்ணாகடம் என்ற தலத்தில் ஏறக்குறைய எழுநூறு ஆண்டுகளுக்கு முன் அச்சுதக் களப்பாளர் என்ற வேளாளர் ஒருவர் இருந் தார்; சைவ சமயத்தினர். அவருக்கு நெடுங்காலம் மக்கட்பேறே இல்லை. அதனால் மிக்க வருத்தத்தை அடைந்த அவர் பலவகையான பரிகாரங்களைச் செய்ய எண்ணினார். தம்முடைய குலகுருவாகிய சகலாகம பண்டிதரிடம் போய், தம்முடைய குறை நீங்க என்ன செய்யலாம் என்று கேட்டார். அவர் உடனே தம்முடைய பாராயணத்தில் உள்ள தேவாரத்தை எடுத்துக் கயிறு சாத்திப் பார்த்தார். பார்த்த இடத்தில், "பேயடையா பிரிவெய்தும்" என்ற இந்தப் பாசுரம் கிடைத்தது. இதில், பிள்ளையினோடு உள்ள நினை வாயினவே வரம் பெறுவர்" என்று இருப்பதைக் கண்டார். அச்சுதக்களப் பாளருடைய குறை பிள்ளையில்லை என்பதுதானே? அவர் குறைக்குப் பரிகாரம் சொல்வது போலப் பாட்டு அமைந்திருந்தது கண்டு சகலாகம பண்டிதர் இறைவன் திருவருளை எண்ணி அதிசயித்துத் திருவெண்காட்டுக்குச் சென்று முக்குள நீரில் மூழ்கி வழிபட்டுக் கொண்டு சிலகாலம் இருக்கும் படிக் களம்பாளரைப் பணித்தார். அவர் அவ்வாறே செய்து ஊர் திரும்பினார். அது தொடங்கியே அவர் மனைவி கருவுற்று ஓர் ஆண் குழந்தையை ஈன்றாள். திருவெண்காட்டு மூர்த்தியை வழிபட்டதன் பயனாகப் பிறந்த குழந்தையாதலின் அதற்குச் சுவேதவனப் பெருமாள் என்ற திருநாமம் சூட்டி வளர்த்து வந்தார்கள். அந்தக் குழந்தையே பின்பு சிவஞானபோதம் என்னும் சைவ சாத்திர நூலை இயற்றிச் சந்தானாசாரியர்களில் முதல்வராகத் திகழ்ந்த மெய்கண்டார். சைவ சித்தாந்த

சாத்திரங்கள் யாவற்றிற்கும் மூலம் சிவஞானபோதம். அது பிறக்கக் காரண மூர்த்தியாக இருந்தவர் மெய்கண்டார். அவர் திருவவதாரம் செய்ய உறுதுணையாக இருந்தது, பேயடையா என்ற இந்தத் தேவாரப் பாசுரம்.

கலையும் கங்கையும்

மான் என்றாலே மென்மைத் தன்மைதான் நினைவுக்கு வரும். அதுவும் மான் கன்று எத்தனை மென்மையுடையது! பெண்களுக்கு மானை உவமை கூறுவார்கள், அவர்கள் மெல்லியலார்கள் ஆதலின். ஆனால் அந்த மான் வன்மையுடையதாக ஆயிற்று என்றால் நம்பமுடிகிறதா?

தாமரைப்பூ மென்மையானது தான். ஆனால் அதை ஒருவன் வேகமாக வீசி எறிய அது கண்ணில் பட்டால் வேதனையை உண்டாக்கும். எறிபவனுடைய வேகம் தாமரையின் மென்மையை மாற்றி வன்மையை ஊட்டுகிறது. இது சார்பினால் வந்த வினை.

அவ்வாறே சார்பினால் இளமான் கன்று வன்மையுடையதாயிற்று. தனக்கு இயல்பாக அமைந்தது மென்மையே யானாலும் தன்னைப் படைத்து ஏவி விட்டவர்களின் தீய இயல்பினால் இந்த மான் கன்று சிங்கக் குட்டியைப் போல ஆகிவிட்டது; பேய்ப் பிள்ளை போல ஆகியது என்றும் சொல்லலாம்.

இதை ஏவினவர்கள் எப்படிப்பட்டவர்கள்? அவர்கள் தம் இயல்பிலே நின்றிருந்தால் சத்துவ குணம் மிக்கவர்களாக, இறைவனுடைய அருளிலே. ஊறினவர்களாக, எவ்வுயிர்களிடத்தும் கருணை பாலிப்பவர்களாக இருப்பார்கள். அவர்கள் அந்தனர்கள்.

"அந்தணர் என்போர் அறவோர்மற் றெவ்வுயிர்க்கும
செந்தண்மை பூண்டொழுக லால்"

என்று திருவள்ளுவர் சொல்லுகிறார். எல்லா உயிர்களிடத்தும் தயைகாட்டும் தர்மத்தை அவர்கள் மறந்தார்கள். போலிவேடதாரிகளாக, அன்பின்றிக் கருமம் செய்தார்கள்; அருளின்றி வேள்வி வேட்டார்கள், குழைவின்றி மறையை ஓதினார்கள். அன்பும் அருளும் குழைவும் உள்ள இடத்தில் இறைவன் உறைவான். அவர்களுடைய வாழ்விலே வளர்ச்சியும் இன்பமும் உண்டாகச் செய்வான்.

ஆனால் அவை இல்லாத தாருகாவனத்து முனிவர்களுக்கு அருளுருவாகிய இறைவன் பகைவனாகத் தோற்றினான். அன்புருவாகிய பரமசிவன் விரோதியாக விளங்கினான். பகைஞனை ஒழித்து விடவேண்டும் என்று அவர்கள் கங்கணம் கட்டிக் கொண்டார்கள்.

தீமையை மாற்றப் பலந்தேடும் சில முறைகள் உண்டு. முட்செடியை வெட்டக் கோடரி இருக்கிறது. அதைக் கொண்டு, வாழும் மரத்தை வெட் டியது போல, தீமையை மாய்க்க வைத்த முறைகளால் நன்மையுருவாகிய ஆண்டவனை அழிக்க எண்ணினார்கள். அதற்கென அமைந்த வேள்வியை இயற்றினார்கள். அதிலிருந்து தோற்றிய அனைத்தையும் சிவபெருமான் மேல் ஏவி விட்டார்கள். பெருங் கடலில் தீப்பந்தத்தை இட்டால் கடலா சூடு ஏறும்? அவர்கள் விட்ட எல்லாவற்றையும் இறைவன் கைப்பற்றிக் கொண்டான். அதுமட்டும் அன்று; அவர்கள் செய்த செயலையும் தன் ஆற்றலையும் கருணையையும் காட்டும் அடையாளமாக அவற்றைத் தன்னிடத்திலே வைத்துக் கொண்டான். அப்படி வந்தவற்றுள் ஒன்று மான்கன்று. அது தாருகாவனத்து முனிவருடைய பகை யுணர்ச்சியினால் உந்தப் பெற்ற படையாக வந்தமையால் தன் மென்மை மாறி வன்மை பெற்று மோத வந்தது. ஆனால் இறைவன் திருக்கரத்தை அடைந்தவுடன் அது தன் இயல்பைப் பெற்றது; அழகாகத் திரும்பி நின்றது. பிறருடைய கைப்பட்டு மிடுக்கும் அடங்காத்தன்மையும் உடைய குழந்தை தன் தாயின் மடியிலே தூங்குவது போல மான் இறைவன் கையில் மானாகவே இருக்கிறது. வேறு யாரை நோக்கியேனும், அது

சென்றிருந்தால் அது அவரை மாய்த்திருக்கும்; அல்லது தான் மாய்ந்திருக்கும். பிறரை மாய்த்தால் அதன் மான் தன்மை மாய்ந்திருக்கும். வெற்றியானால் மான் தன்மை மாயும்; தோல்வியினால் மானே மாயும். இங்கேயோ மானுக்கு வெற்றியும் இல்லை; தோல்வியும் இல்லை. அதை விட்டவர்களுக்குத் தான் தோல்வி உண்டாயிற்று.

ஆனால் மான் இப்போது தான் மாயாமல், தன் தன்மையும் மாயாமல் மானாகவே வாழ்கிறது; இறைவனுடைய அழகிய கையிலே எப்போதும் வாழ்கிறது. தாய்மடியில் இருக்கும் குழந்தையைப் போல, தாமரையில் தங்கும் வண்டினைப் போல, அது பெருமானுடைய திருக்கரத்தில் இன்றும் வாழ்ந்து கொண்டிருக்கிறது. அதற்கு வாய்த்த வாழ்வு எத்தகைய வாழ்வு! !

இதை நினைக்கிறார் சம்பந்தர். கலைமான் தன் உருவம் மாயாமல் தன் தன்மை மாயாமல் என்றும் கலையாகவே வாழும் இடமாகிய பையுடைய பெருமானே' என்று இறைவனைத் துதிக்கிறார்.

கலைவாழும் அங்கையீர்!

பிறருடைய சார்பினால் இயல்பு மாறுவது ஒரு விதம். தாமே இயல்புமாறி நிற்றல் ஒருவகை. தாருகாவனத்து முனிவர் தாமே தம் இயல்பு மாறி அந்தண்மையினின்றும் நீங்கி நின்றனர். அவரைச் சார்ந்து மான் தன் இயல்பு மாறியது. கங்கையாறு ஒரு சமயம் தன் இயல்பு மாறி நின்றது. பிறர் தன் பால்வந்து ஆடிக் குளிர்ச்சியையும் தூய்மையையும் அடையும்படி செய்வது கங்கை அது தண்மையையும் மென்மையையும் உடையதாதலின் அதனைப் பெண்ணாகச் சொல்வார்கள்.

பிறருடைய புற அழுக்கையும் மன அழுக்கையும் போக்கும் அது அகங்காரத்தால் வெப்பம் அடைந்தது. தன் முன்னோரின் சாம்பலின்மேற் பாய வேண்டுமென்று பகீரதன் தவம்புரிந்து கேட்டபோது, "என்னைத் தாங்குவார். யார்?" என்று

அகங்கரித்துக் கேட்டது. அப்போது இறைவன் அதனைத் தாங்கித் தன் சம்பந்தத்தால் அதன்பால் உண்டான அகந்தை அழுக்கைப் போக்கினான். அதுகாறும் வானுலகத்துக்கு மாத்திரம் பயன்பட்ட கங்கை இறைவன் திருச்சடையில் ஏறியவுடன் தூய்மையும் பெருமையும் பெற்று மூன்று உலகத்துக்கும் நன்மை செய்வதாயிற்று இறைவனுடைய கருணையில் இது ஒரு வகை. இயல்பு மாறிய கங்கையை மீட்டும் தூயதாக்கினான் அவன். அவனுடைய செஞ்சடையில் கருங்கூந்தலையுடைய அலை மகளாகிய கங்கை வாழ்கின்றாள்.

கலைவாழும் அங்கையும் கங்கை வாழும் செஞ்சடையும் இயல்பு மாறியவற்றைத் தன் அருளால் இனியனவாக்கும் திறமுடையான் என்பதைக் காட்டுகின்றன. அதற்கு மேல், ஒன்றனோடு ஒன்று பகைமையையுடையது என்று உலகம் எண்ணும் அரவையும் பிறையையும் ஒன்றாக இணைய வைத்து அவற்றையும் உயர் பொருளாக்கினான். ஆகவே, அவனுடைய அருளின் தொடர்பால் சார்பு பற்றி இயல்பு மாறிய மான் நல்லதாயிற்று; தானே தூய்மை மாறிய கங்கை தூயதாயிற்று. இயல்பாகவே தம்முள்ளே பகைமையை உடையவை பகை நீங்கி ஒரு குடிற்கீழ் வாழ்வன ஆயின. அவன் அருளின் அற்புத ஆற்றல்தான் என்னே!

கலைவாழும் அங்கையீர்!
கொங்கை ஆரும் கருங்கூந்தல்
அலைவாழும் செஞ்சடையில்
அரவும் பிறையும் அமர்வித்தீர்!

[கலைமான் கன்று வாழும் அழகிய கையை உடைய பெருமானே! கறுமணத்தைப் பொருந்திய கரிய கூந்தலையுடைய கங்கை வாழும் செம்மையான சடையில் அரவையும் முறையையும் பொருத்தி அமரும்படி செய்தவரே!

கலை - ஆண்மான். அங்கை: உள்ளங்கையில் ஏந்தாமையின் இங்கே அழகிய கை என்றே பொருள் கொள்ளவேண்டும்.

கொங்கை - நறுமணத்தை. ஆரும்- பொருந்தும். அலை - அலையை யுடைய ஆறு; ஆகுபெயர், அமர்வித்தீர்- அமரச்செய்தீர்; அமர்தல்- விரும்பித் தங்குதல்.]

திருக்குடவாயில் என்னும் தலத்திற்கு ஞான சம்பந்தர் சென்றபோது அங்கே எழுந்தருளியிருக்கும் கோணேசுவரரைத் தரிசித்துத் திருப்பதிகம் பாடிய போது இப்படிப் பாடலானார். இறைவனுடைய சிறப்பை இவ்வாறு பாடிய பாலறாவாயர் தலத்தின் சிறப்பைச் சொல்லப் புகுந்தார். வாழையும் கமுகும் எழில் பெற்று நிற்கும் நில வளத்தை உடையது குடவாயில். அந்த வளத்தைச் சொல்கிறார்.

வாழைமரம் தாறுபோட்டு நிற்கிறது. குலையில் இருந்தபடியே காய்கள் பழுக்கின்றன. அப்போது அவை பொன் நிறத்தை அடைகின்றன. கமுக மரத்திலும் குலை குலையாகக் காய்கள் தொங்குகின் றன. அவை பழுத்தால் பவள நிறம் பெற்று விளங்குகின்றன. வாழை பொன் பழுக்கிறதாம். கமுக மரம் பவளம் பழுக்கிறதாம். இத்தகைய குடவாயிலிலே நிலையாக வாழ்வதற்காக ஒரு கோயிலை இறைவன் ஏற்றுக் கொண்டான். அந்தக் கோயிலை தன்னுடைய அரண்மனையாகக் கொண்டு மகிழ்ந்து தன் அருள் என்றும் வெளிப்படும்படி அங்கே நின்று நிலவுகிறான்.

குலைவாழை கமுகம்பொன்
பவளம் பழுக்கும் குடவாயில்
நிலைவாழும் கோயிலே
கோயிலாக நின்றீரே.

[குலைகளையுடைய வாழை பொன் போன்ற பழங்களைப் பழுக்கவும், குலைகளையுடைய கமுகமரம் பவளம் போன்ற கனிகளைப் பழுக்கவும் இடமாகிய திருக்குடவாயிலில் நிலையாக வாழ்வதற்குரிய திருக்கோயிலே நீர் வாழும் அரண்மனையாக மகிழ்ந்து நின்றீர்.

குலைவாழை, குலைக்கமுகம் என்று இரண்டுக்கும் கூட்டிப் பொருள்கொள்க, வாழை பொன்னும், கமுகம் பவளமும் பழுக்கும் என்று நிரனிறையாகக் கொள்க. நிலைவாழும் நிலையாக வாழும். கோயிலாக: கோ இல்-தலைவன் வாழும் அரண்மனை; தலைமையை யுடைய மாளிகை என்றும் சொல்லலாம். ஏ. அசைநிலை.]

திருக்குடவாயில் வயல் சூழ்ந்த மருத நிலத்தில் அமைந்ததாதலின் அங்குள்ள வாழையையும் கமுகையும் வருணித்தார். அவ்வூர் பொன்னாற் குறை யுடையதன்று, வாழைப்பழமுடைமையினால்; பவளத் தாற் குறையுடையதன்று, கமுகம் பழத்தையுடை மையினால் என்ற நயமும் தோற்றியது. வாழையும் கமுகும் நீர் வளத்தையும் நில வளத்தையும் புலப் படுத்துபவை.

இயல்பினின்றும் மாறுபட்டவற்றையும் பகைமையை யுடையவற்றையும் அந்நிலையினின்றும் மாற்றும் அருளுடையானாதலின் இப்பிரானைத் தொழுதால் நம் அஞ்ஞான நிலை மாறி ஞானநிலை உண்டாகும் என்பது குறிப்பால் தெளிவாகும்.

கலை வாழும் அங்கையிர்!
கொங்கை ஆரும் கருங்கூந்தல்
அலைவாழும் செஞ்சடையில்
அரவும் பிறையும் அமர்வித்தீர்!
லைவாழை கமுகம்பொன்
பவளம் பழுக்கும் குடவாயில்
நிலைவாழும் கோயிலே
கோயி லாக நின்றீரே.

இது திருக்குட வாயிற் பதிகத்தின் முதல் திருப் பாசுரம்

நோய் தீர்க்கும் விமலர்

சிவபெருமானுக்கு அன்பர் அவர். அவர் அன்பு வளர்ந்த வரலாறே அழகானது. இளம் பருவத்தில் பெரியவர்களோடு கோயிலுக்குச் செல்வது வழக்கம். அவர்கள் இறைவனைக் கும்பிடும்போது அவரும் வழிபட்டார். இந்தப் பழக்கத்தால் தென்னங் குரும்பையில் நீர்புகுந்தது போல அவர் உள்ளத்தில் அன்பு தலைப்பட்டது. பெரியவர்கள் கோயிலுக்குப் போகாத நாளிலும் அவர் போய் வந்தார். அவர் வளர்ந்தார்; அவர் அன்பும் வளர்ந்தது.

கோயிலுக்குள் போய் இறைவன் திருமுன் விழுந்து வணங்கி உள்ளம் கசிந்து வாயாரப் பாடும் இயல்புடைய அவர், கோயிலுக்குப் போகாத போதும் கோபுரத்தைக் கண்டால் கும்பிடு போடுவார்; தலை வணங்குவார்; உள்ளம் கசிவார். பிறகு அடியார்களைக் கண்டபோது சிவபெருமானை நினைந்து கையால் அஞ்சலி செய்வார் ; தலைசாய்ப்பார்; உள்ளம் கசிவார். இந்த நிலையும் தாண்டியது. எந்த இடத்திலும் எந்தக் காலத்திலும் இறைவனை நினைத்துக் கொள்வார். உடனே கையைக் குவித்துத் தொழுது தலை சாய்த்து உள்ளம் குழைவார்.

இறைவன் திருமுன் வீழ்ந்து வணங்குவது முறை. கையைக் குவித்துத் தொழுதல் ஒருமுறை வீழ்ந்து வணங்கினாலும் மீண்டும் எழுந்து கையைக் குவிப்பது வழக்கம். அப்படிக் குவிப்பது எதைக் காட்டுகிறது? கை செய்கைக்கு அடையாளம்.

செயலில் ஊற்றம் இல்லாதவனைக் கையாலாகாதவன் என்று சொல்கிறோம். கையைக் குவித்து நிற்பது, இறைவனே, நான்

செயலொழிந்தேன். என் செயலென்று யாதொன்றும் இல்லை. எல்லாம் நின் செயலே" என்பதைக் காட்டும் அடையாளம். எல்லாம் இறைவன் செயலே என்று உணர்ந்து செயலற்று நிற்பதே ஞானம் நிறைந்த நிலை. அதை நினைப்பூட்டவே அஞ்சலி செய்கிறோம்.

தலை நிமிர்ந்து நிற்பது சில இடங்களில் வீரத்தையும் சில இடங்களில் அகங்காரத்தையும் காட்டும். தீயனவற்றைக் கண்டபோது அஞ்சாமல் நிமிர்ந்து நிற்க வேண்டும். நல்லவர்களைக் கண்டால் நாம் இவர்க்கு முன் எம்மாத்திரம் என்று தலை குனிந்து நிற்க வேண்டும். தலை குனிவது நாணத்துக்கும் பணிவுக்கும் அடையாளம். இறைவன் முன் தலை வணங்கி நிற்பது, "இதுகாறும் இறைவனைக் காணாமல் பல நாட்களைப் போக்கி விட்டோமே!" என்ற நாணத்தையும், "இறைவனுக்கு முன் நாம் எல்லாம் எம்மாத்திரம்?" என்ற பணிவையும் எடுத்துக் காட்டும். இறைவன் முன் வணங்கினவர் இடும்பையின் முன் தலை நிமிர்ந்து நிற்பார்.

கை தொழுவது, தலை வணங்குவது ஆகிய செயல்கள் போலியாக இருந்தால் பயன் இல்லை. உள்ளத்திலே அன்பு இன்றி இப்படி செய்தால் நம்மை அன்பர் என்று எண்ணிப் பாராட்டுவார்கள் என்ற எண்ணத்தோடு செய்யும் வணக்கம் தம்மைத் தாமே ஏமாற்றும் தொழில். உள்ளம் கசிந்து எழும் அன்பினாலே இறைவனைக் கையால் தொழுதும் தலை சாய்த்து வணங்கியும் வாழும் அன்பர்கள் இறைவனுடைய அருளைப் பெறுவார்கள்.

அன்பு வளர வளர்ந்த பெரியார் கையால் தொழுது தலைசாய்த்து உள்ளம் கசிந்து வாழ்பவர். அவருக்கு முன்பு உடம்பில் ஏதோ நோய் இருந்தது. மெய்யிலே ஆர்ந்த அந்தக் குறையை அவர் பொருட் படுத்தினாரோ, இல்லையோ, யாரும் அறியார். ஆனால் நாளடைவில் அந்த நோய் இருந்த இடம் தெரியாமல் ஒழிந்து போயிற்று, அவர் உடம்பிலே பொலிவும், முகத்திலே தேசும் உண்டாகி விட்டன. அவர்

திருமேனியிலே பூசும் வெண்ணீறு அந்த மேனிக்குப் பின்னும் எழிலை ஈந்தது.

அவர் மனிதர்தாமே? மனம் படைத்த மனிதர்களுக்கெல்லாம் துயரம் இருப்பது இயல்பு. உடம்பிலே நோயும் உள்ளத்திலே துயரும் வாட்ட வாடுபவர்கள் மனிதர்கள். உடம்பிலே உள்ள நோயையாவது மருத்துவர்களை அணுகி அவர் ஈயும் மருந்துகளை உண்டு போக்கிக் கொள்ளலாம். ஆனால் மன நோய்க்கு மருந்து இல்லை. இறைவன் அருளைத் துணையாகக் கொண்டாலன்றி மனக்கவலை மாறாது.

"தனக்குவமை இல்லாதான் தாள்சேர்ந்தார்க் கல்லால்
மனக்கவலை மாற்றல் அளிது"

என்பது வள்ளுவர் வாய் மொழி.

முன்னே சொன்ன அன்பருக்கு மெய்யிலே இருந்த நோய் மாறியது பெரிதல்ல. அவர் மனத்திலே உள்ள தூயர்கலெல்லாம் போயின. மாசு... மறுவற்ற அந்த மனத்தின் முழு இடத்திலும் இறைவன் வெளிப்பட்டு அமர்ந்திருக்கும் போது மற்றொன்றிற்கு அங்கே இடம் ஏது?

இப்படி அவர் ஒருவர் மட்டுமா இருக்கிறார்? பல்லாயிரம் அன்பர்கள் இருக்கிறார்கள். நமக்கு அவர்களைத் தெரிந்து கொள்ளும் பாக்கியம் கிடைப்பதில்லை. தெரிந்து கொண்டவர்களுக்கு அவர்களுடைய பெருமை தெரியும். அவர்களுடைய மெய்யில் ஆர்ந்த குறையையும் மனத் துயரத்தையும் தீர்க்கும் விமலனாகிய இறைவனுடைய பெருமையும் தெரியும். அந்தப் பெருமை தெரிந்த ஞானசம்பந்தர் சொல்லுகிறார்.

கையால் தொழுது தலைசாய்த்து
உள்ளம் கசிவரர்கள்
மெய்ஆர் குறையும் துயரும்
தீர்க்கும் விமலனார்.

அந்த விமலனைப் பற்றிய நினைவு நீளுகிறது. அன்பர்கள் அவனை வழிபடும் வகைகளை நினைக்கிறார். பூசை செய்யும் பொற்பை எண்ணுகிறார். அவனை அபிஷேகம் செய்யும் காட்சி அவர் நினைவுக்கு வருகிறது. இறைவன் உருவம் இல்லாதவனாயினும் தன்னை நினைக்கச் செய்யும் உருவத்தை அமைத்து வழிபடுபவர்களுக்கு அருள் புரிகிறான். அவர் புரியும் வழிபாடுகளை ஏற்றுக் கொள்கிறன். அன்பர்கள் அவன் திருவுருவத்தை எண்ணெயால் முழுக்காட்டுகிறார்கள். நெய்யால் முழுக்காட்டுகிறார்கள். மந்திரம் சொல்லித் தோத்திரம் சொல்லி அபிஷேகம் செய்கிறார்கள். அவர்கள் ஆட்டும் நெய்யிலே ஆடுகிறான் இறைவன். நெய் மாத்திரந்தானா? பல திரவியங்கள் உண்டு. அவற்றுள் முக்கியமானது பஞ்ச கவ்வியம்: ஆன் அஞ்சு; பசுமாட்டிலிருந்து கிடைக்கும் ஐந்து பொருள்கள். பால், தயிர், நெய், கோமயம், கோஜலம் என்னும் ஐந்தும் இணைந்ததைப் பஞ்ச கவ்வியம் என்றும் ஆன் ஐந்து என்றும் கூறுவர்.

"ஆவினுக் கருங்கலம் அரன் அஞ் சாடுதல்"

என்று வாகீசப் பெருந்தகையார் திருவாய் மலர்ந் தருளினார்.

இறைவன் அன்பர்கள் ஆட்டும் நெய்யிலே ஆடுவான்; அவர்கள் கலந்து ஆட்டும் ஆனஞ்சிலும் ஆடுவான். இப்படி அன்பர்கள் பூகிக்கும்படியாக உருவமும் திருக்கோயிலும் தலமும் உடையவனாக அவன் இருக்கிறான்.

நெய்ஆ டுதன்அஞ்சு உடையார்
நிலாவும் ஊர்போலும்.

அவன் எழுந்தருளியிருக்கும் திருத்தலங்களுக்குள் ஒன்று திருப்பாசூர். அது தொண்டை நாட்டில் உள்ளது. குறிஞ்சி நிலப்பண்புமிக்கு இருப்பது. அங்கே காந்தட் செடிகள் பூத்து நிற்கின்றன. காந்தள் என்பது வேலிக்காலில் வளரும் ஒருவகைச் செடி. அதன் மலர் கைவிரல்களைப் போல இருக்கும். அதன் பூவைத் துடுப்பென்று பழம் புலவர்கள் சொல்வார்கள். தூரத்திலிருந்து பார்த்தால் பாம்பு படம்

எடுத்தாற்போல இருக்கும். படத்தையுடைய நாகத்தைப் போன்ற தோற்றத்தை உண்டாக்கும் காந்தள் மலிந்த ஊர் பாசூர். இயற்கையின் எழில் நலத்தோடு இறைவனுடைய அருள் நலத்தையும் இணைத்துக் காட்டுபவர் ஆளுடைய பிள்ளையார்.

ஊர்போலும்
பைவாய் நரகம் கோடல்
ஈனும் பாகுரே.

இறைவனுடைய நினைப்போடு காந்தளைப் பார்க்கின்ற கண்களுக்கு வேறு பொருள் உவமையாகத் தோன்றவில்லை. அப்பெருமான் அணியும் நாகந் தான் உவமையாக வருகிறது. பை (படம்) வாய்ந்த தாகத்தைக் கோடல் (காந்தள்) ஈனுகின்றதாம்.

கையால் தொழுது தலைசாய்த்து
உள்ளம் கசிவார்கள்
மெய்யார் குறையும் துயரும்
தீர்க்கும் விமலனார்
நெய்ஆடுதல்அஞ்சு உடையார்
நிலாவும் ஊர்போலும்
பைவாய் நாகம் கோடல்
ஈனும் பரசூரே.

[கையினாலே கும்பிட்டுத் தலைவணங்கி உள்ளம் உருகும் அன்பர்களுடைய உடம்பிலே பொருந்திய குறைகளாகிய நோய்களையும் (மனத்திலே பொருந்திய) துயரங்களையும் போக்கும் மல மந்த தூயரும், நெய்யில் ஆடுவதையும் பஞ்சகவ்வியத்தில் ஆடுவதையும் உடையவனும் ஆகிய சிவபெருமான் எழுந்தருளியிருக்கும் திருப்பதி, படம் வாய்ந்த நாகத்தின் தோற்றத்தைக் காந்தள் தன் மலரால் உண்டாக்கும் பாசூர் ஆகும்.

கசிவார்கள்-உருகும் அன்பர்கள். துயர், மனத்தைச் சார்ந் தது. நெய்- பசுவின் நெய்; எண்ணெயும் ஆகும். ஆடுதல் என்பதை

நெய் ஆடுதல் என்றும் அஞ்சு ஆடுதல் என்றும் இரண்டிடத்தும் கூட்டவேண்டும். இது நடுநிலை விளக்கு, நிலாவும் - தங்கி யிருக்கும். போலும்: அசைநிலை. பை- படம், வாய்- வாய்ந்த. நாகம் - நரகத்தின் தோற்றம்; ஆகுபெயர். கரந்த ஈனும் - உண்டாக்கும். விமலனார், உடையார் ஊர் பாசூர்.]

இரண்டு கோயில்கள்

பெரிய செல்வர்களானால் பரிவாரங்களுடன் பல இடங்களுக்குப் போவார்கள், வருவார்கள். அவர்களை அழைத்து உபசரிக்க எல்லோராலும் முடியாது. அவர்களோடு நெருங்கிப் பழகுவதே அருமை. ஆதலால் யாரோ சிலரே அவர்களை அழைத்து உபசரிப்பார்கள். செல்வர்கள் நிலையே இதுவானால் மன்னர்களைப் பற்றிச் சொல்லவே வேண்டியதில்லை. விரிவான இடமும் செயலும் இருப்பவர்கள் அவர்களை வரவேற்று உபசரிக்கலாம்.

எல்லாவற்றையும் தன் அருளாணையால் ஆட்சி புரியும் இறைவன் மன்னர்களுக்கெல்லாம் மேலான மன்னன். "மன்னே மாமணியே" என்று சுந்தர மூர்த்தி நாயனார் சொல்வார். அந்த மன்னனை அழைத்து உபசரிக்க வேண்டுமானால் எல்லாராலும் முடியாது என்றுதான் முதலில் தோன்றுகிறது. "அவர் நம்முடைய வீட்டுக்கு வருவாரா?" என்று செல்வர்களை நினைந்து பேசுவதுண்டு. செல்வர்களுக்குட் செல்வனாகிய இறைவனைப் பற்றியும் அப்படித்தான் சொல்ல வேண்டுமா?

இறைவன் வெறும் செல்வர்களைப் போல எல்லாவற்றுக்கும் உடையவனாக மட்டும் இருந்தால் ஒருகால் இடம்பார்த்துப் போவான். ஆனால் அவன் யாரிடமும் இல்லாத பெருங்கருணை படைத்தவன். அன்பினால் யார் அழைத்தாலும் அவர்பால் செல்பவன். தன்னை வணங்குபவர்களின் உள்ளத்தையே கோயிலாகக் கொண்டு திகழ்பவன்.

அவனைத் தேவாதி தேவர்களெல்லாம் வணங்கு கிறார்கள்; "எங்களை யெல்லாம் உண்டாக்கிய தந்தை இவன்" என்று போற்றுகிறார்கள். அந்தத் தேவர்கள் கிடக்கட்டும். கண் காணும் தெய்வமாக உலகனைத்தும் போற்றும் சூரியன் தன் ஒளியைப் பெற்றது இறைவனிடத்தில் தான். அவன் இறைவனைச் சிந்தையால் நினைந்து வழிபடுகிறவன். அவனுடைய உள்ளத்தே இறைவன் உறைகிறான். சிவ பெருமான் சூரியனுடைய நடுவில் உறைகிறானென்று வேதம் பேசுகிறது. இரவியைப் போலவே பிற அமரர்களும் இறைஞ்சுகிறார்கள். உலகிலுள்ள பக்தர்களும் இறைஞ்சுகிறார்கள். எல்லோருடைய சிந்தையிலும் ஆண்டவன் இருக்கிறான்.

உலகில் உள்ள மக்கள் அனைவருடைய உள்ளத்திலுந்தானே இறைவன் உறைகிறான்? அப்படி இருக்க, இறைஞ்சுவார் சிந்தையுள்ளே மாத்திரம் திகழ்கிறான் என்று சொல்லலாமா?

யாவருடைய உள்ளத்திலும் இறைவன் இருக்கிறான் என்பது உண்மை. ஆனால் இறைஞ்சுவாருடைய உள்ளத்தே இருக்கும் இயல்பு வேறு; ஏனையவர் உள்ளத்தில் இருக்கும் முறை வேறு. ஓர் அரசன் தனக்கு வேண்டாதவருடைய ஊருக்குப் போய்ச் சிக்கிக் கொள்கிறான். அங்கே தான் மறைந்து நிற்கும் இடம் எதுவென்று தேடி அலைந்து அதற்கு ஏற்ற இடம் கிடைத்தானால் அதற்குள் புகுந்து மறைந்து நிற்கிறான். தன்னை அவ்வூரினர் காணாதபடி இருக்கிறான். தன் அரச நிலையையெல்லாம் காட்டிக் கொள்ளாமல் சும்மா இருக்கிறான். அவ்விடத்தில் அரசன் இருக்கிறான் என்பது உண்மை. அனால் அவன் தன் இயல்புகளோடா இருக்கிறான்? எல்லோரும் காணும்படியாக இருக்கிறான்?

அவன் தன் நாட்டில் தன் அரண்மனையில் எப்படி இருக்கிறான்? தன் நாட்டார் நன்கு காணும்படியாக உலவுவான். தனக்குரிய கோலத்தோடு விளங்குவான். ஆணை செலுத்துவான்.

இறைவன் எல்லோருடைய சிந்தையிலும் உறைந்தாலும் எல்லாவிடத்தும் அவனுடைய அருளாற்றல் வெளியாவதில்லை. அன்பில்லாதவர்களுடைய உள்ளத்தில் கள்வனைப் போல மறைந்து நிற்கிறான். ஆனால் தன்னை இறைஞ்சுபவர்களுடைய சிந்தையிலோ தன் முழு அருளோடும் இலங்குகிறான். நினைப்பவர் மனம் அவனுக்குக் கோயிலாகி விடுகிறது. தனக்குரிய அரண்மனையிலே தன் இயல்பு விளங்க வீற்றிருக்கும் மன்னனைப் போல, இறைஞ்சுவார் சிந்தையுள்ளே திகழ்கிறான் இறைவன்.

எந்தை இவன் என்று இரவிமுதலா இறைஞ்சுவார்
சிந்தை யுள்ளே கோயி லாகத் திகழ்வானை.

[எம்மைப் படைத்த தந்தை இவன் என்று எண்ணிக் கூறிச் சூரியன் முதலாக வணங்குவார் அனைவருடைய சிந்தைக்குள்ளும் சிந்தையே தான் தன் இயல்பு வெளிப்பட உறையும் கோயிலாகக் கொண்டு விளங்குகின்றவனை.

எந்தை - எம் தந்தை. இரவி - சூரியன். முதலா முதலாக இறைஞ்சுவார் - வணங்குபவர்களுடைய சிந்தையுள்ளே -உள்ளத்தினுள்ளே. கோயிலாக. அந்தச் சிந்தையே தான் உறையும் கோயிலாக. திகழ்வானை-விளங்குபவனை.]

இப்படி இரவிமுதலோர் வணங்க அவர்தம் சிந்தையே கோயிலாகத் திகழும் சிவபெருமான் புறத்தே உள்ள கோயிலிலும் திகழ்கிறான். அந்தக் கோயிலில் வழிபடுவார் யார்?

சிந்தையுள்ளே தியானித்து இறைவனை வழிபடுதல் எளிதன்று. இரவி முதலானவர்கள் பல காலம் சாதனம் பண்ணி அவனைத் தியானிக்கும் நெறி கைவரப் பெற்றார்கள். எல்லோருமே எடுத்தவுடன் தம் சிந்தையை இறைவன் கோயிலாக்கி விட முடியாது. அந்தத் தகுதி இல்லாதவர்களும் கண்டு வணங்குவதற்கு ஏற்றபடி இறைவன் அங்கங்கே திருக்கோயிலில் சிவலிங்கப்பெருமானாகவும், நடராஜ

மூர்த்தியாகவும், பிறவாறும் எழுந்தருளியிருக்கிறான். அப்படி எழுந்தருளியிருக்கும் கோயில்களில் திரு முதுகுன்றக் கோயில் ஒன்று. இது நடு நாட்டில் உள்ள தலம். இப்போது விருத்தாசலம் என்று வழங்குகிறது. பழமலையென்றும் இலக்கியங்களில் இதன் பெயர் காணப் பெறும்.

முதுகுன்றக் கோயிலில் அன்புள்ள மக்கள் வந்து வழிபடுகிறார்கள். அன்பர்கள் வழிபடுவதைக் கண்டு மற்ற மக்களும் வழிபடத் தொடங்குகிறார்கள்.நாளடைவில் அவர்களும் அன்பர்களாகி விடுகிறார்கள். காந்தத்தோடு உரசி உரசி இரும்பும் காந்த சக்தியைப் பெற்று விடும். அப்படி அன்பர்களின் கூட்டத்தோடு கலந்து கொண்டு வழிபடும் மக்களுக்கும் அன்பு உண்டாகி வளர்கிறது. ஓரிடத்தில் திருக் கோயில் இருந்தால் அதைச் சுற்றி உள்ள மக்கள் அன்பு பூண்டு வழிபடும் பழக்கத்தை மேற்கொள் கிறார்கள். ஓர் இடத்தில் ஏரி இருக்குமாயின் அதனைச் சுற்றி நல்ல வயல்கள் இருப்பது போலத் திருக்கோயில்களைச் சுற்றி அன்பர்கள் வாழ்கிறார்கள். ஏரியின் நீர் பாயும் வசதியிருக்குமானால் தரிசு நிலமும் வயலாகிவிடுகிறது. கோயில் இருக்குமானால் அதனுடைய சார்பினால் அன்பு இல்லாதவர்களும் அன்புடையவர்களாய் விடுகிறார்கள்.

முதுகுன்றத்தில் வரும் அன்பர்களின் கூட்டம் மிக அதிகம். அவர்களுடைய வழிபாடுகளைக் கண்டு மற்ற மக்கள் உள்ளம் உருகி அவர்களைப் போலவே வழிபடப் புகுவது ஆச்சரியம் அன்று. இதோ குரங்குகள் கூட வழிபடுகின்றன.

ஆம்; மனிதன் செய்வதைப் பார்த்து அது மாதிரியே செய்வது குரங்கின் இயல்பு. திருமுது குன்றக் கோயிலின் அருகில் உள்ள சோலைகளில் வாழும் குரங்குகள் அன்பர்கள் இறைவனை வழிபடும் முறைகளைக் கவனிக்கின்றன. மலர்களைக் கொண்டு வழிபடுவதையும் கனிகளைக் கொண்டு போய் நிவேதனம் செய்வதையும் பார்க்கின்றன.

அவைகளும் அவ்வாறு செய்ய எண்ணுகின்றன. பலவகை மலர்களைப் பறித்துத் தொகுக்கின்றன. முதுகுன்றத்தின் சூழலிலே வாழ்வதனால் அவை தம் இயல்பே மாறிப்போகின்றன. குரங்கின் கையில் மலரைக் கொடுத்தால் அது அதைக் கசக்கிவிடும் என்று சொல்வார்கள். இந்தக் குரங்குகளோ சார்பின் சிறப்பால் தாமே பல இனமலர்களைப் பறித்துக்கொண்டு திருக்கோயிலுக்கு முன்பு சென்று மலரைத் தூவிக் கைகுவிக்கின்றன; தலை சாய்த்து வணங்குகின்றன. குரங்காட்டியினாற் பழக் கப்பெற்ற குரங்குகள் எசமானுக்குச் சலாம்போடு என்றால் போடுகின்றன. இங்கேயோ யாரும் பழக்காமல் சூழ்நிலையின் வாசனையினால் அன்பர்களைப் போல மரத்தின்மேல் ஏறிப் பல இன மலர்களைக் கொண்டு வந்து திருக்கோயிலின் முன்பு வந்து அவற்றைத் தூவித் தொழுது வணங்குகின்றன.

இத்தகைய அற்புதமான சூழ்நிலையையுடையது திருமுதுகுன்றத்துக் கோயில்.

திகழ்வானை
மந்தி ஏறி இனமா மலர்கள் பலகொண்டு
முந்திந் தொழுது வணங்கும் கோயில் முதுகுன்றே.

[(சிந்தையாகிய கோயிலில்) விளங்கும் சிவபெருமானைக் குரங்குகள் (மரத்தின்மேல்) ஏறிப் பலஇனமாகிய பெரிய மலர்கள் பலவற்றைப் பறித்துக் கொண்டு (திருக் கோயிலிற்கு) முன் வந்து (மலரைத் தூவிக்) கையால் தொழுது (தலை சாய்த்து) வணங்கும் திருக்கோயில் திருமுதுகுன்றம் ஆகும்.

மந்தி என்பது பெண் குரங்குக்குப் பெயர். ஆயினும் இங்கே பொதுவாகக் குரங்குகளைச் சுட்டியது. இனம் வகை. இனம் ஆம் மலர்கள் என்றும் பிரித்துப் பொருள் கொள்ளலாம். முந்தி - முன் சென்று. முதுகுன்றமாகிய தலத்தில் உள்ளது கோயில். இரண்டுக்கும் உள்ள ஒற்றுமை பற்றிக் கோயில் முது குன்றே என்றார். திகழ்வானை வணங்கும் என்று கூட்டவேண்டும்.]

இரவி முதலாக இறைஞ்சும் பக்குவர்களின் உள்ளமாகிய திருக்கோயிலிலும் இறைவன் எழுந்தருளியிருக்கிறான்; அன்பர்கள் வழிபட அது கண்டு மந்திகளும் வழிபட யாவருக்கும் எளியனாக முது குன்றக் கோயிலிலும் விளங்குகிறான். சிந்தை யென்னும் திருக்கோயிலும் சிலையால் அமைத்த திருக்கோயிலும் இறைவன் உறையும் இருவகைக் கோயில்கள். அகக் கோயிலில் வழிபடும் தகுதி வரவேண்டுமானால் முன்பு புறக்கோயிலில் வழிபட வேண்டும்.

மனத்துக்குக் குரங்கை உவமை சொல்வது வழக்கம். இறைவனுடைய திருக்கோயிற் சார்பு பெற்றில் பலவாறு திரியும் மனம் ஒரு வழிப்பட்டு இறைவனை வழிபடும் என்ற குறிப்பும் இந்தத் திரும் பாட்டினால் புலனாகும்.

எத்தை இவன்என்று இரவி முதலா இறைஞ்சுவார்
சிந்தை யுள்ளே சோலிலாகத் திகழ்வானை
மந்தி ஏறி இமை மலர்கள் பல கொண்டு
முந்தித் தொழுது வணங்கும் கோயில் முதுகுன்றே

அஞ்சல் நெஞ்சே!

ஆசையும் பாசமும் மாறாமல் வாழும் செல்வர் அவர். தந்தையையும் தாயையும் தெய்வமாக வழிபட்டுப் பாதுகாக்கும் பெருந்தகையார். இறைவன் திருவருளால் செல்வ வருவாய் குறையாமல் இருந்தது.

தாய் தந்தையரும், "இந்தப் பிள்ளையைப் போல யாரும் இல்லை. நெடுங்காலம் இவனுடைய பாதுகாப்பிலே நாம் கவலையின்றி வாழலாம்" என்று எண்ணியிருந்தார்கள். ஆனால் காலம் என்ற ஒன்று யார் எது செய்தாலும் செய்யா விட்டாலும் தன் காரியத்தை நடத்திக் கொண்டேதான் போகும். உரிய காலத்தில் நிகழவேண்டியதை யாரும் நிறுத்த முடியாது.

தந்தையார் தளர்ச்சி அடைந்து வந்தார். அவர் இனி நெடுங்காலம் உலகில் வாழமாட்டார் என்ற எண்ணம் பிள்ளைக்கும் வந்தது; தாய்க்கும் வந்தது. அவர் ஏன் தளர்ச்சி பெற்றார்? உணவிடுல குறைவா? உவகையிலே குறைவா? அதுதான் காலத்தின் விளைவு. உணவு உண்டு சிலர் வளர்ச்சி பெற்றுக் கொண்டு வந்தார்கள். சிலர் தளர்ச்சி அடைந்து வந்தார்கள். புதிய தளிர் தோன்றி இலையாதலும்,பழைய சருகு உதிர்தலும் காலம் செய்யும் விளையாட்டுகள்.

தந்தையாருக்கு நோயும் உண்டாயிற்று மருத்துவர்கள் வந்து பார்த்தார்கள்; மருந்து அளித்தார்கள். நோய் குறைந்தது போலத் தோன்றியது. ஆனால் காலம் வளர வளர அவருடைய வாழ்நாள் சுருங்கிக் கொண்டே வந்தது. கடைசியில் தந்தையார் உலகை விட்டுப் போய் விட்டார்.

தந்தையார் சௌக்கியமாக இருக்கிறார் என்று நினைத்திருந்த காலம் ஒன்று. அவர் அசௌக்கிய மாகப் படுத்திருந்தாலும், இருக்கிறார் என்று சொன்ன காலம் ஒன்று. இப்போதோ அந்தச் செல்வர், "தந்தையார் போயினர்" என்று அங்கலாய்க்கிறார். போனவர் அப்படியே வரப் போகிறாரா? அவர் போனவர் போனவர்தாம்.

அடுத்த முறை தாயினுடையது. அவள் தந்தையாருக்குப் பின் வாழ்ந்தாள். ஆனால் வாழும் வகையில் வாழமுடியுமா? அவளும் தளர்ச்சியடைந்தாள். நோயுற்றாள்; மாண்டாள். இப்போது அந்தச் செல்வர், "தந்தையார் போயினார் தாயரும் போயினார்" என்று சொல்லி அழுகிறார்.

இந்த அழுகை அவரோடு நிற்கிறதா? அவர் தந்தையார் தாம் படைத்த பெருஞ் செல்வத்தை அவருக்கு விட்டுச் சென்றார். அந்தச் செல்வத்தை இந்தச் செல்வர் தம்முடைய மக்களுக்கு விட்டுச் செல்லப் போகிறார். அதுமட்டுமா? "தந்தையார் போயினார்; தாயரும் போயினார்" என்று சொல்லும் சொல்லையும் அந்த மக்களும் சொல்லத்தான் போகிறார்கள். ஒரு குடும்பத்தில் பரம்பரை பரம்பரையாகச் செல்வம் வருவது நிச்சயம் அன்று. ஆனால், "தந்தையார் போயினார்; தாயரும் போயினார்" என்ற அழுகை மாத்திரம் எல்லாக் குடும்பத்துக்கும் பரம்பரைச் சொத்தாக வந்து கொண்டே இருக்கிறது.

ஆதலின் தந்தை தாயை இழந்த அந்தச் செல்வரும் போகத்தான் போகிறார். அவருடைய குழந்தைகள் அவர் சொன்னதைப் போலவே, "தந்தையார் போயினார்; தாயாரும் போயினார்" என்றே சொல்லப் போகிறார்கள்.

செல்வர் தாமும் போவார் என்று அறிவுள்ளவர்கள் தெரிந்து கொள்வார்கள்; அவர் உணர்வுடையராக இருந்தால் இந்த உண்மையைத் தெரிந்து கொண்டு அதற்கு ஏற்ப நடந்து கொள்வார்."தந்தையார் போயினார்; தாயாரும் போயினார்" என்று எல்லோருமே சொல்கிறார்கள். ஆனால், நாமும்

போவோம்" என்று எண்ணுகிறவர்கள் சிலரே. அவர்கள் எண்ணினாலும் எண்ணாவிட்டாலும் அவர்களுடைய நாட்களை எண்ணிக் கொண்டிருக்கிற பெரியவர் இருக்கிறார். அவர் யார். தெரியுமா?

சில காரியாலயங்களில் காலக் கணக்கர் (*Time keeper*) என்று ஓர் ஊழியர் இருப்பார். இன்ன இன்ன காலத்தில் இன்ன இன்ன வேலை நடை பெற வேண்டும், இன்ன இன்ன வண்டி புறப்பட வேண்டும் என்று நினைவுறுத்துவது அவர் தொழில் பழங்காலத்தில் அரசர்களுக்குக் காலத்தை நினைவுறுத்த நாழிகைக் கணக்கர் என்ற பெயருடைய சிலர் அரண்மனைகளில் இருப்பார்கள். அதேபோல எல்லோருக்குமே வாழ்நாளைக் கணக்குப் பார்க்க ஒருவர் இருக்கிறார். காலக் கணக்கைப் பார்த்து அறிவதனால் அவரைக் காலதேவர் என்று சொல்வார்கள். வாழ்நாளின் இறுதிக்காலம் வந்தால் உயிரை உடம்பிலிருந்து கூறுபடுத்திப் பிரித்துச் செல்வதனால் கூற்று, கூற்றம், கூற்றுவனார் என்ற பெயர்களும் அவருக்கு வழங்கும்.

ஆனால் மற்றக் காலக் கணக்கருக்கும் இவருக்கும் முக்கியமான வேறுபாடு ஒன்று உண்டு. அவர்களெல்லாம் காலத்தை அறிந்து மற்றவர்களுக்கு அறிவிப்பார்கள். இவரோ தாம் அறிவதோடு நிற்பார்; காலம் வந்தவுடன் தம் காரியத்தைச் செய்வார்; பிறருக்குத் தெரிவிக்க மாட்டார். யார் தடுத்தாலும் தம் காரியத்தை இவர் நிறுத்துவதே இல்லை.

ஆகவே 'நாமும் போவோம்' என்று நினைத்தாலும் நினையாவிட்டாலும், "அவரை நாம் கொண்டு போவோம். அதற்குரிய நாள் எது?" என்று கூற்றுவனார் பார்த்துக் கொண்டே இருக்கிறார். அவருடைய கையிலே சூலம் இருக்கிறது. மூவிலை வேலாலே உயிரைக் கொத்திக் கொண்டு போகக் கூற்றுவனார் காலத்தைப் பார்த்துக் கொண்டிருக்கிறார். உரிய காலம் வந்தால், செல்வர் வரமாட்டேன் என்று சொன்னாலும், "முன்னாலே நீ ஏன் சொல்லி அனுப்பவில்லை?" என்று கேட்டாலும், "உனக்குக்

கோடிப் பொன் தருகிறேன்" என்று சொன்னாலும், கெஞ்சினாலும் கொஞ்சினாலும், வெருட்டினாலும் தெருட்டினாலும் கூற்றத்தார் நிச்சயமாக அவரைக் கொண்டு போவார்.

இப்படி இருக்கிற உலகில் நீ எவ்வளவு காலம் வாழலாம் என்று எண்ணியிருக்கிறாய்? ஏதாவது குறிப்பிட்ட ஒரு நாளிலாவது வாழ்ந்திருக்கலாம் என்று நீ உறுதியுடன் சொல்லமுடியுமா? அறிவற்ற ஏழை நெஞ்சே! எந்த நாளிலாவது வாழ்வதற்குமனக வைத்து ஆசைப்பட முடியுமா? யோசித்துப்பார்.

ஐயோ! பாவம்! இப்போது உண்மை விளங்குகிறதா? தந்தையார் போயினர்; தாயாரும் போயினர்; தாமும் போவார்; ஒரு கூற்றத்தார் கொந்த, வேல் கொண்டு பார்க்கிறார்; கொண்டு போவார்; நாமும் போவோம் ; கூற்றத்தார் கையினின்றும் தப்பமுடியாது' என்பதை நன்றாக உணர்ந்தாயா? ஆம்; உணர்ந்து விட்டாயென்றே தோன்றுகிறது. உணர்ந்து அஞ்சுகிறாயே. இந்த அச்சம் வேண்டியதுதான். உயிருக்கு இறுதி வருமே என்ற அச்சம் உண்டானால் தான் அதற்குப் பரிகாரம் எது என்ற கேள்வி பிறக்கும்.

பரிகாரம் நான் சொல்கிறேன், கேள். அஞ்சாதே. கூற்றுவனாருக்கும் கூற்றுவன் ஒருவன் இருக்கிறான். காலத்துக்குள் அகப்பட்டவர்களிடம் காலனார் ஆற்றல் செல்லும்; காலத்துக்குள் அகப் படாதவன் ஒருவன் உண்டு. அவனிடம் கூற்றுவனார் ஆற்றல் செல்லாது. அப்பெருமான் திருவாரூரில் வாழ்கின்றான். அழகிய தண்ணிய ஆரூரைத் தெரியாதா உனக்கு? ஊரும் அழகு. பேரும் அழகு; தேரும் அழகு; நீரும் அழகு. தனக்குரிய எல்லாவற்றையும் அடியார்களுக்கு வழங்குகின்ற தியாகராசப் பெருமானை அடைந்தால் உய்யலாம். வயலும் குளமும் நிறைந்த தண்ணிய ஆரூர் புகுந்தால் கூற்றுவனாருடைய வெப்பம் ஒழிந்து போகும். கூற்றுவனார்க்கு அஞ்சினால் தான் பக்தி பிறக்கும்.

அந்தப் பயபக்தியினாலே ஆரூரனைத் தொழுது உய்யலாம். இது பற்றி வீணே மயக்கம் அடைய வேண்டாம். உறுதியாக இதை நம்பு. அஞ்சாதே.

தந்தையார் போயினார்; தாயரும் போயினார்;
தாமும் போவார்;
கொந்தவேல் கொண்டுஒரு கூற்றத்தார் பார்க்கின்றார்;
கொண்டு போவார்;
எந்தநாள் வாழ்வதற் கேமனம் வைத்தியால்?
ஏழை நெஞ்சே !
அந்தண்ஆ ரூர்தொழுது உய்யலாம்; மையல் கொண்டு
அஞ்சல் நெஞ்சே!

[அவர்களுடைய தகப்பனார் இறந்து போனார்; தாய்மாரும் இறந்து போனார்; அவர்களும் இறந்து போவார். கொத்திக் கொண்டு போவதற்காகச் சூலத்தைக் கையிலே வைத்துக் கொன்டு கூற்றுவனார் காலத்தை எதிர்பார்த்து நிற்கின்றார்; உறுகியாக அவர் உயிரைக் கொண்டே போவார். இந்த நிலையில் எந்த நாளில் வாழ்வதற்காக மனசு வைத்திருக்கிறாய்? அறிவில்லாத நெஞ்சே! அழகிய குளிர்ச்சி பொருந்திய திருவாரூரைத் தொழுது உய்தியை அடையலாம்; ஆதலால் மயக்கத்தை மேற் கொண்டு அஞ்சாதே, நெஞ்சே!

தாம் என்றது மக்கள் அனைவரையும். கொந்த-கொத்த. வேல் இங்கே சூலம். கூற்றத்தார். கூற்றுவனார். மனம் வைத்தி- எண்ணுகிறாய்; விரும்புகிறாய். ஆல்: அசை. நெஞ்சையும் உறுப்புடையது போலவும் உணர்வுடையது போலவும் வைத்தே பேசுவதால் அதற்கும் மனம் கூறினார். ஏழை- அறிவிலி. அந்தண் - அழகும் தண்மையையும் உடைய. ஆரூர் தொழுது என்றாரேனும் அங்கே எழுந்தருளியிருக்கும் சிவபெருமானைத் தொழவேண்டும் என்பதே கருத்து. உய்யலாம்- துன்பத்தினின்றும் நீங்கலாம். மையல் மயக்கம். நெஞ்சே, நெஞ்சே என்று. இரண்டு முறை விளித்தது, அதன் பாலுள்ள பரிவினால்.

நெஞ்சைப் பார்த்துச் சொல்வதுபோலச் சொன்னாலும். மக்கள் அனைவரும் உணரவேண்டும் என்ற கருணையினால் ஞான சம்பந்தப் பெருமான் இதனை அறிவுறுத்தினார்.]

பொருளானவன்

இறைவனுடைய தொண்டர்களில் எத்தனை வகை ! எவ்வளவோ காலமாக அவனுடைய திருவருளை வேண்டி அன்பு செய்யும் தொண்டர்கள் அங்கங்கே இருந்தார்கள்; இருக்கிறார்கள்; இன்னும் இருப்பார்கள். அவர்களைக் கணக்கெடுக்க முடியுமா? அந்த அன்பர்களில் ஒவ்வொருவரும் வெவ்வேறு வகையில் வழிபட்டாலும் எல்லோருக்கும் இலக்காக இருப்பவன் இறைவன் ஒருவனேதான்.

இறைவனுடைய புகழைப் பாட்டினாற் சொல்வதில் தனி இன்பம் இருக்கிறது. பாட்டு மனத்தைக் குவிய வைப்பது; சிதறிய நினைவுகளிலே செல்லும் மனத்தை உருட்டித் திரட்டிப் பக்தி உணர்ச்சியை ஊட்டி இன்புறவைப்பது. சிதறிப் பறக்கும் பஞ்சை வேகத்தால் நூலாக்கினால் அது ஓர் ஒழுங்கான உருவம் பெறுவதோடு ஒரு பொருளைக் கட்டும் உறுதியுடையதாகிறது. மனமும் அத்தகையதுதான். பக்தி என்னும் வேகத்தால் முறுக்கு ஏறினால் மனம் சிதறாமல் ஒருமுகப்பட்டு இறைவனையே கட்டி அகப்படுத்தும் உறுதியைப் பெற்றுவிடுகிறது. அதற்கு இறைவன் புகழை இசையுடன் பாடுவது சிறந்த வழி.

இந்தத் தந்திரத்தை அறிந்தே பக்தர்கள் கூடிப் பாடுகிறார்கள். தனியே இருந்தும் பாடுகிறார்கள். இறைவனே பொருள், பிற யாவும் போற்றுதற்குரியன அல்ல என்ற உள்ளத்தோடு அவர்கள் இறைவன் புகழை இசையில் அமைத்துப் பாடுகிறார்கள்.

பாடுவார் இசை.

இறைவன் புகழ் ஒன்றையே எண்ணி இசை பாடும் தொண்டர் ஒருவகை. அவர்கள் மிகச் சிறந்தவர்கள். அவர்களுக்கு அடுத்தபடி உலகில் தமக்கு வேண்டிய பொருள்களைப் பெறுவதற்கு அவனை நாடுபவர்கள் இருக்கிறார்கள். அறம்,பொருள், இன்பம் என்னும் மூன்றையும் இவ்வுலகத்திலும் வீட்டை மறுமையிலும் பெறவேண்டும் என்ற எண்ணத்தோடு அன்பு செய்கிறார்கள் அவர்கள். உலகில் யார் யாரையோ நச்சிப் பல பொருளைப் பெறுதற்காகக் கும்பிட்டு வாழும் மக்கள் பலர் உண்டு. இவர்களோ தமக்கு வேண்டிய பல பொருளாகிய பயன்களையும் அருள்பவன் இறைவனே என்று நம்பி அவனையே அணுகுகிறார்கள். இவர் களும் பிறரைப் பொருளாக மதியாமல் இறைவனையே பொருளாக மதிப்பவர்கள்.

பல்பொருட் பயன்உகந்து அன்பால்
கூடுவார்.

மற்றொரு வகைத் தொண்டர்கள் இருக்கிறார்கள். அவர்கள் பயன் ஏதும் கருதாமல் பாடும் பக்தர்கள் அல்லர். பயன் கருதிப் போற்றும் அற நெறிச் செல்வரும் அல்லர். முதலில் உலகில் உள்ள மக்களையும் பண்டங்களையும் தமக்குத் துணையென் றும் கருவியென்றும் பற்றியிருந்தார்கள். நாளடைவில் அவரைப் பற்றுவது வீண் முயற்சியென்று தெரிந்து அந்தப் பற்றை அறுத்துக்கொண்டார்கள். இறைவன் திருவருள் ஒன்றே துணை என்று கொண்டு அவனை வழிபடும் நெறியைப்பற்றி அவனையே தேடுகின்றார்கள். இறைவனையன்றி வேறு பொருள் இல்லை என்ற துணிவு இவர்களுக் கும் வந்துவிட்டது.

துணைக் கொண்டதம் பற்று அறப் பற்றித்
தேடுவார்.

இப்படி இன்னும் பலவகையில் அவனையே பொருளாகக் கொண்டு வழிபடுவோர் அளவிறந்தோர். அவர்கள் யாவருக்கும் பரம்பொருளாய், வழிபடு பொருளாய், லட்சியப்

பொருளாய், மதிக்கத் தக்க பொருளாய், நினைந்து வாழ்த்தி வழிபட்டு அடையத்தக்க பொருளாய், கற்றகல்விக்குப் பொருளாய், கேட்ட கேள்விக்குப் பொருளாய், எழுதாக் கிளவியின் பொருளாய், எழுதுங் கிளவியின் பொருளாய், சொல்லின் பொருளாய், அழியாப் பொருளாய், அளவிடாப் பொருளாய், பிரபஞ்சத்தின் பொருளாய்த் திகழ்பவன் இறைவன். இசை பாடுவாருக்குப் பொருளானவன் அவன்; பல்பொருட்பயன் உகந்து அன்பால் கூடுவார் பொருளானவன் அவன்; துணைக்கொண்ட தம் பற்று அறப் பற்றித் தேடுவார். பொருளானவன் அவன்.

**பாடுவார்இசை, பல்பொருட் பயன்உகந்து அன்பால்
கூடு வார், துணைக் கொண்டதம் பற்று அறப் பற்றித் தேடு
வார்பொருள் ஆனவன்.**

[தன்னுடைய புகழைப் பாட்டினால் பாடுவாருக்கும், பல பொருளாகிய பயனை விரும்பி அன்பினால் ஒன்றுபடுவாருக்கும், துணையாகப் பற்றிக்கொண்ட தம் பழைய பற்றெலாம் அற்றுப் போகத் தன்னைப் பற்றித் தேடுவாருக்கும் பொருளானவன்.

இசை பாடுவார் என்க. இசை - புகழ்; சங்கீதமும் ஆகும். பாடுவார் என்றமையாலே பாட்டுப் பெறப்படுவதால் இசை யென்பதற்குப் புகழென்று பொருள் கொள்வது சிறப்பு. பல பொருட் பயன் - பல பொருள்களாகிய பயன்; பல பொருளென் றது, அறம் பொருள் இன்பம் வீடு என்பவற்றை; இவற்றை உறுதிப் பொருள்கள் என்று கூறுவது வழக்கம். உகந்து - விரும்பி. கூடுவார் - தம்முளே கூடுவார். துணைக்கொண்ட - துணையாகக் கொண்ட பற்று அற -முன்னைப் பற்றுக்களெல்லாம் நீங்க. பற்றி- இப்போது இறைவனைப் பற்றி. தேடுவார்- இறைவனுடைய முழுத் தன்மையையும் உணரும் பொருட்டுத் தேடுபவர். பொரு ளானவன் - இலக்காக இருப்பவன்.]

இவ்வாறு பல்வகைத் தொண்டர்களுக்கும் பொருளாக நின்ற இறைவன் தேவூர் என்னும் திருத் தலத்தில் எழுந்தருளியிருக்கிறான். சோழ நாட்டுத் தலம் அது; பொழில்கள் நெருங்கியது. அங்கே சிவலிங்கப் பெருமானாகவும் நடராசனாகவும் இறைவன் தோற்றம் அளிக்கிறான்.சிதம்பரத்தில் மாத்திரம் ஆடுகிறவன் அல்ல அவன். எல்லாத் தலங்களிலும் எல்லோருடைய உள்ளங்களிலும் ஆடுகிறவன்.

செறிபொழில் தேவூர்
ஆடுவான்.

(மரங்கள் நெருங்கி யடர்ந்த சோலைகளையுடைய தேவூர் என்னும் தலத்தில் திருக்கூத்தியற்றுபவன்.)

பலவகைத் தொண்டர்களுக்குப் பொருளானவனும், தேவூரில் ஆடுவானுமாகிய சிவபெருமானுடைய திருவடியே பற்றாகப் பற்றினால் அப்பால் அத்தகையவர்களுக்கு எவ்விதமான அல்லலும் இல்லையாகி விடும். அன்பினால் இறைவன் அடியைப் பற்றினாருக் குப் பிறபற்று ஒன்றும் இல்லாமையால் துன்பம் இல்லை; வேறு அவா ஒன்றும் இன்மையால் அல்லல் இல்லை.

"ஆசைப் படப்பட ஆய்வருந் துன்பம்
ஆசை விடவிட ஆனந்தம் ஆமே"

என்பர் திருமூலர். இறைவன் அடியை அடைந்தவர்களுக்குப் பற்றும் அவாவும் பறிபோவதனால் துன்பம் சிறிதளவும் அணுகாது.

அடியைச் சேர்வதாவது அதனை இடைவிடாது நினைந்து வாழ்தல்.

ஆடுவான் அடி அடைந்தனம் அல்லல் ஒன்று இலமே.

[ஆடுபவனுடைய திருவடிகளை அடைந்தோம்; துன்பம் ஒன்றும் இல்லோமாயினோம்.

அடி அடைதல் - திருவடியை இடைவிடாது தியானித்தல். "மலர்மிசை ஏகினான் மாணடி சேர்ந்தார்" என்ற குறட்பாவின் உரையில், சேர்தல்- இடை விடாது நினைத்தல்' என்று பரிமே லழகர் எழுதியிருப்பதைக் காண்க. ஒன்றும் என்பது ஒன்று என நின்றது; உம்மை தொக்கது.]

'பலகாலமாக அன்பர்கள் பாடியும் கூடியும் தேடியும் வழிகாட்டினார்கள். இறைவனே பொருள் என்று வாழ்ந்தார்கள். அவன் நாம் காணா இடத்திலே இருக்கிறான், அடைய முடியாத சூழலில் இருக்கிறான் என்று அஞ்சாமல் தேவூரில் ஆடுவான் என அறிந்தோம்,முன்னைப் பெரியோர் காட்டிய வழியே, ஆடுவான் அடியை அடைந்தோம். அதன் பயனாக இப்போது அல்லல் ஏதும் இன்றி வாழ்கின்றோம் என்று பெருமிதத்தோடு பேசுகிறார் சம்பந்தர்.

பாடு வார்இசை, பல்பொருட் பயன்உகந்து அன்பால் கூடு வார்,துணைக் கொண்டதம் பற்றறப் பற்றித் தேடு வார்பொருள் ஆனவன், செறிபொழில் தேவூர் ஆடு வான் அடி அடைந்தனம்; அல்லல் ஒன்று இலமே.

வருமுன் காத்தல்

"ஐயோ பாவம்! இத்தனை இளவயசிலே இறந்து விட்டானே! காளை போல வளர்ந்தான். என்ன என்னவோ செய்யப் போகிறான் என்று அவன் தாய் தந்தையர்கள் நம்பியிருந்தார்கள். எல்லாம் பாழாயின" என்று ஒரு வீட்டில் இருந்த கட்டிளங்காளை இறந்து பட்டதைக் குறித்து ஒருவர் வருந்துகிறார். ஆனால் அடுத்த வீட்டிலே நெடு நாட்களாக வாழும் மனிதர் ஒருவர் இருக்கிறார்.

"கிட்டத்தட்ட நூறு இருக்கும் இந்தக் கிழத்துக்கு" என்று சொல்கிறார்கள்; அது சோற்றுக்குக் கேடாய் இன்னும் வாழ்கிறது" என்று ஏசுகிறார்கள்.

உலகின் போக்கே விசித்திரம். இளைஞன் இறந்தபோது அவன் நெடுங்காலம் வாழவில்லையே என்று அங்கலாய்க்கிறது. நெடுங்காலம் வாழ்ந்தவனைப்பார்த்து, "இவன் இன்னும் போகவில்லையே!" என்கிறது.

இவன் என்று கூடச் சொல்வதில்லை; இது என்று சொல்கிறது. உயர்திணை மனிதன் முதுமை வந்தால் உலகத்தின் கண்களுக்கு அஃறிணையாகி விடுகிறான்!

காரணம் என்ன? முதுமை வரவர மனிதனு டைய ஆற்றலைக் கு றுக்கி விடுகிறது. நரையும் திரையும் மூப்பும் சாக்காட்டுக்கு முன் தோன்றும் அடையாளங்கள். முதுமை ஏற ஏற மனிதனுக்குப் பொறிகளின் ஆற்றல் குறைகிறது. பிறருடைய உதவியை மிகுதியாக எதிர்பார்க்கநேர்கிறது. ஒருவன் பிறருக்கு உதவியாக இருக்கும் வரையில் உலகம் அவனை மதிக்கும். பிறர் உதவியை எதிர்பார்த்தால் அவனை அவமதிக்கும். பிறர் உதவியினால் வாழ்கிறவர்கள்

இருவகையினர்: குழந்தைகளும் முதியவர்களும். குழந்தைகள் வளர்ந்து தமக்கு உதவுவார்கள் என்ற நம்பிக்கையால் உலகம் அவர்களைப் பாதுகாக்கிறது. முதியவர்களால் இனி நமக்கு உதவியில்லை என்று தெரிவதனால் அவர்களைப் புறக்கணிக்கத் தொடங்குகிறது.

ஆதலின் மக்களைத் துணையென்று நம்புவதில் பயன் இல்லை. பெரிய துணை வேறு ஒன்றை நாம் தேடிக்கொள்ள வேண்டும். முதுமையை அடைந் தாலும் அடையா விட்டாலும் பாதுகாப்பாக இருக் கக்கூடிய ஒரு துணையைத் தேடிக் கொள்ள வேண்டும். அதனை விரைவிலே தேடிக் கொள்ள வேண்டும். முதுமை வரும்போது பார்த்துக் கொள்ளலாம் என்று இருந்தால் அது இயலாது. வருமுன் காப்பதுதான் அறிவுடையாருக்கு அழகு. ஞான சம்பந்தர் இதனை அறிவுறுத்துகிறார்.

முதுமைப் பருவம் வந்தால் உடம்பு தளர்கிறது; பொறிகள் தளர்கின்றன; நோய்கள் எளி திலே பற்றிக் கொள்கின்றன. எத்தனை கூர்மையான கண்ணுடையவராக இருந்தாலும் அது வரவர மங்கிப்போகிறது. நாளடைவில் பார்வையை இழந்து விடுகிறது. ஐந்து இந்திரியங்களில் சிறந்தது கண். அது போயிற்றென்றால் அப்புறம் வாழ்க்கையில் என்ன பயன் கிடைக்கப் போகிறது? கண்ணைப் போலவே, காது மூக்கு, நாக்கு எல்லாம் தம்முடைய சக்தியை மெல்ல மெல்ல இழந்து வருகின்றன. சுட்ட கத்தரிக்காயைப் போலத் தோல் சுருங்கி விடுகிறது.

இந்த நிலையில், இளைத்துப் போன வேந்தனுடைய பலவீனத்தையறிந்து படையெடுக்கும் பகைவரைப் போல ஒன்றின்மேல் ஒன்றாகப் பல நோய்கள் வந்து கப்பிக் கொள்கின்றன. நோய் மிகுதியாக ஆக நாக்குக்கு ருசி தெரிவதில்லை. உணவே வேண்டியிருப்பதில்லை.

இப்படி நாளடைவில் நோய்கள் இந்த உடம்பைக் குலைத்துத் தம் போக்கிலே இழுத்தடித்து அழித்து விடுகின்றன.

இத்தகைய காட்சியை நாம் பலரிடத்தில் பார்க்கிறோம். நமக்கும் இப்படி நேர்ந்தாலும் நேரலாம். ஆதலின் அதற்கு முன்பே ஏற்ற பாதுகாப்பைத் தேடிக்கொள்ள வேண்டும்.

கண்கள் காண்பு ஒழிந்து மேனி கன்றி ஒன்ற லாத நோய்
உண்கிலாமை செய்து நும்மை உய்த்து அழிப்ப தன்முனம்.

[கண்கள் காண்பதை நீங்கி, மேனி கன்றினாற் போலச் சுருங்கி, ஒன்றல்லாத பல நோய்கள் உண்ணும் ஆற்றல் இல்லா மைய உண்டாக்கி உங்களைத் தம் போக்கிலே செலுத்தி, அழிப் பதற்கு முன்னால்.

காண்பு - காணுதல். ஒழிந்து - கெட்டு. கன்றி - திரைத்து, ஒன்று அலாத நோய் என்றது பல நோய்கள் என்பதைப் புலப் படுத்தியது. உண்கிலாமை செய்து - உண்ணும் ஆற்றலில்லாமையை உண்டாக்கி. உய்த்து செலுத்தி; நாம் நம் விருப்பப்படி செல்வதை விட்டு நோய்கள் தம் போக்கிலே நம்மைப் போகும்படி செய்கின்றன. அழிப்பதன் முனம் - இறுதியிலே மரணம் அடையச் செய்வதற்கு முன்னாலே.]

பாதுகாப்பு வேண்டியதுதான். அது எங்கே இருக்கிறது? அதைப் பெற என்ன செய்ய வேண்டும்?

"நீங்கள் சீகாழியை அடையுங்கள்" என்று உபதேசிக்கிறார் ஆளுடைய பிள்ளையார்.

காழி சேர்மினே.

எங்கும் வெள்ளம் சூழும்போது மேடான இடத்துக்குச் சென்று தங்களைப் பாதுகாத்துக் கொள்வது உலக இயல்பு. "முதுமை வந்து நோயால் துன்புற்று மரணம் என்னும் பெருவெள்ளம் நம்மை அடித்துக் கொண்டு போவதற்கு முன் இந்த மேடான இடத்துக்குப் போய் விடுங்கள்" என்று சொல்கிறார் சம்பந்தர். அது உண்மையில் பிரளயத்திலே மிதந்த இடந்தானே?

காழிக்குப் பெருமை வந்தது அங்கே இறைவன் எழுந்தருளியிருப்பதனால்தான். 'எமக்குத் தலைவராகிய கடவுள் அங்கே இருக்கிறார். அது பாதுகாப் பான இடம். அங்கே போய்ச் சேருங்கள்" என்று கூறுகிறார் சம்பந்தர்.

ஏம் கருத்தர் காழி சேர்மினே.

அந்தக் கருத்தர் தம் செயலாலும் கோலத்தாலும் வேறு யாருக்கும் இல்லாத சிறப்புடையவர். கண்கள் இருந்தும் காணமுடியாமற் செய்வது முதுமைப் பருவம். கண்கள் பார்த்தாலும் அது பார்க்கும் பார்வை உண்மைப் பார்வை அன்று, புறக்கண் ணாற் பார்க்கும் பார்வையைவிட அகக் கண்ணாகிய அறிவினாலே காணும் பார்வையே சிறப்பானது.

"முகத்திற் கண்கொண்டு பார்க்கின்ற மூடர்காள் அகத்திற் கண்கொண்டு பார்ப்பதே ஆனந்தம்"

என்று திருமூலர் சொல்வார்.

கண் பார்வையை இழக்கச் செய்யும் முதுமை யினின்றும் பாதுகாப்பை அடையப் பார்வை சிறப்பாக உள்ள ஒருவனை அடைய வேண்டும். இறைவன் எல்லோரையும் போல இரண்டு கண்களைப் பெற்றதோடு, யாருக்கும் இல்லாத மூன்றாவது கண் ஒன்றை உடையவன். அது ஞானக்கண்.

"இமையாத முக்கண்
மூவரிற் பெற்றவன்"

என்று மணிவாசகப் பெருமான் போற்றுவார். கண்கள் 'மூன்றுடைய கருத்தன்' சிவபெருமான்; ஞானக்கண் படைத்தவன். அவன் காட்ட மற்றவர்கள் காணுகிறார்கள். ஆகவே 'கண்கள் காண்பு ஒழிந்து' முதுமை எய்தும் மக்களுக்குக் கண்கள் மூன்றுடைய கருத்தன் பாதுகாப்பாக இருப்பான்.

உடம்பு தளர்ந்து நோய் வந்து சோறு வேண்டி யிருக்காமல் துன்புறுவது முதியவர்களின் இயல்பு. தேவர்கள் கூட ஒரு காலத்தில் அப்படித்தான் இருந்தார்கள். அவர்கள் அதை மாற்றவும், சாவாமலே இருக்கவும் மருந்து தேடினார்கள். உலகத்திலுள்ள மூலிகைகளை யெல்லாம் தொகுத்துக் கொண்டுவந்து கசக்கிப்பாற்கடலிலே பிழிந்தார்கள். பிறகு அதைக் கடைந்தால் அமுதம் வருமென்று எண்ணிக் கடைந்தார்கள். அமுதம் கிடைத்து விட்டால் நரை திரை மூப்புச் சாக்காடு பசி தாகம் ஒன்றும் இல்லாமல் வாழலாம் என்பது அவர்கள் எண்ணம். அமுதம் எளிதிலே கிடைப்பதாக இல்லை. அதற்கு முன்பு அவர்கள் எதிர்பாராதபடி பாற் கடலிலிருந்து ஆலகாலவிடம் எழுந்தது. அந்த நஞ்சைக் கண்டு தேவர்கள் வெருண்டனர். அமரர் அத்தனை பேரையும் ஒரு கணத்திலே தன் காற்று வீசினாலே சாகும்படி செய்யவல்ல நஞ்சு அது. அது கண்டு வெருவி இறைவனிடத்திலே ஓடினார்கள்; அலறிப் புடைத்து அழுதார்கள். இறைவன் கருணை பூத்து அந்த நஞ்சை எடுத்து அயின்றான். தேவர் உய்ந்தனர். பின்பு அமுது கடைந்து உண்டனர். நோயும் மூப்பும் பிற அல்லல்களும் நீங்கி ஒளி படைத்த மேனியினர் ஆனார்கள்.

விண்ணிலே இப்போது குலாவிக் கொண்டிருக்கிறார்கள். அவர்கள் இப்படி மேனி ஒளிபெற்றுக் குலாவுவதற்குக் காரணம் இறைவன் நஞ்சமுண்ட அருட்செயல் தான். அத்தகைய அருளைச் செய்தவன், மேனி கன்றி நோயால் துன்புறும் இயல்புடைய மக்களைக் காப்பாற்றமாட்டானா? ஆகவே, அவன் உள்ள இடமாகிய சீகாழிக்குச் சென்று அவனைப் புகலடையுங்கள். உங்களுக்கு இன்பம் உண்டாகும்.

விண்குலாவு தேவர்உய்ய வேலை நஞ்சு அமுதுசெய் கண்கள் மூன்று உடையஎம் கருத்தர்காழி சேர்மினே.

[விண்ணுலகத்தில் மகிழ்ச்சியோடு குலாவுகின்ற தேவர்கள் உயிர் பிழைப்பதன் பொருட்டு, பாற்கடலிலே தோன்றிய

ஆலகால விடத்தை உண்ட, மூன்று கண்களை உடைய எம் முடைய தலைவருக்குரிய சீகாழியை அடையுங்கள்.

விண் - தேவர் உலகம். உய்ய - பிழைக்க. இங்கே பாற்கடல். அமுதுசெய் - உண்டருளிய அமுது செய் கருத்தர், உடைய கருத்தர் என்க. காழி-சீகாழி. சேர்மின் என்றது, அடைந்து வழிபடுங்கள் என்ற கருத்தை உடையது.]

தேவர்கள் பைத்தியக்காரச்செயல் செய்தார்கள். அமுதம் கடைவதற்கு முன்பே இறைவனிடம் வந்து, "தேவரீர் துணையிருந்து அமுதம் எங்களுக்குக் கிடைக்கும் வண்ணம் திருவருள் புரியவேண்டும்" என்று கேட்கவில்லை. தம்முடைய ஆற்றலாலே எல்லாம் செய்து விடலாம் என்ற அகந்தையோடு கடைந்தார்கள். நஞ்சம் வந்தது. அது தோன்றிய போதுதான் இறைவன் நினைவு அவர்களுக்கு வந்தது.

அவர்களைப் போலத் துன்பம் வரும்போது அவனை நாடாமல் அதற்கு முன்பே அவனை நாடிப் பணியுங்கள் என்பதையும் குறிப்பாக நினைவுபடுத்துகிறார் காழிப்பிரான். "சாகுங்காலத்தில் சங்கரா சங்கரா என்று சொல்லுதல் அரிது. வாழுங் காலத்திலே சீகாழி சென்று பாதுகாப்பை முன் கூட்டியே தேடிக் கொள்ளுங்கள்" என்று அறிவுறுத்துகிறார்.

கண்கள்காண்பு ஒழிந்துமேனி கறிஒன்ற லாதநோய்
உண்கிலாமை செய்து நும்மை உய்த்தழிப்ப தன்முனம்
விண்குலாவு தேவர்உய்ய வேலை நஞ்சு அமுதுசெய் கண்கள்
மூன்று உடையஎம் கருத்தர்காழி சேர்மினே.

என்ன புண்ணியம் செய்தனை!

நெஞ்சமே! உன்னை இழிவாக அல்லவா பலர் பேசுகிறார்கள்? நானும் அப்படிப் பேசியதுண்டு. ஆனால் இப்போது கிடைத்திருக்கும் பாக்கியத்தை நினைத்தால் நீ என்ன விதமான புண்ணியத்தைச் செய்திருக்க வேண்டும் என்று தோற்றுகின்றது. பொதுவான புண்ணியமாக இருந்தால் இந்தப் பேறு கிடைத்திராது. ஏதோ மிகச் சிறப்பான புண்ணியம் செய்திருப்பதனால்தான் இந்த இன்ப அநுபவம் கிடைத்திருக்கிறது.

ஒருநாளா, இரண்டு நாளா? எத்தனை காலம் நீ என்னோடு வாழ்கிறாய்! எத்தனை இடங்களில் நான் பிறந்து வாழ்ந்தாலும் அங்கெல்லாம் என்னோடு ஒட்டி வாழ்கிறாய்! பெரிய கடல் சூழ்ந்த வையத்தில் இடப்பரப்புக்குப் பஞ்சமா? இந்த விரிந்த உலகத்தில் எல்லை காண்பதற்கரிய காலமாக உன்னுடன் நான் வாழ்கிறேன். இத்தனை காலத்திலும் நீ என்ன என்னவோ செய்திருக்கிறாய். நீ நல்லது செய்தால் நான் வாழ்வேன்; அல்லது செய்தால் தாழ்வேன். நல்வினை பல செய்திருத்தலினால்தான் மானிடப் பிறவி கிடைத்திருக்கிறது. எம்பெருமானை நினைந்து வாழும் வாழ்க்கை கிடைப்பதற்குப் பல காலமாக முன்பு நல்வினை பல செய்திருக்க வேண்டும்.

ஆனால் இப்போது கிடைத்திருக்கும் பாக்கியத்துக்கு அந்த நல்வினைக்குள்ளும் மிகச்சிறப்பான புண் ணியச் செயல்களே காரணமாக இருக்கவேண்டும்.

'முன்பு நீ செய்த நல்வினைப் பயன்களுள்ளே என்ன புண்ணியஞ் செய்தனை!' என்று ஞானசம்பந்தப் பெருமான் தம் நெஞ்சைப் பார்த்துச் சொல்கிறார்.

என்ன புண்ணியஞ் செய்தனை நெஞ்சமே
இருங்கடன் வையத்து
முன்னை நீ செய்த நல்வினைப் பயனிடை?

இந்த எண்ணம் திருவலஞ் சுழியென்னும் திருத்தலத்துப் பெருமானைத் தரிசித்து இன்புற்ற போது தோற்றியது. சோழ நாட்டில் காவிரிக்குத் தென் கரையில் இருப்பது திருவலஞ்சுழி. அங்கே திருஞான சம்பந்தர் வந்து சில நாட்கள் தங்கியிருந்தார். அடியார்களோடு அந்த அழகிய தலத்தில் நாள்தோறும் வழிபட்டதனால் உண்டான இன்பம் இன்னதென்று சொல்ல முடியாத அளவில் நிரம்பி யிருந்தது.

"கூடும் அன்பினிற் கும்பிட லேஅன்றி
வீடும் வேண்டா விறலின் விளங்கிய"

சம்பந்தப் பெருமானுக்கு அந்த இன்பம் பேரின்பத்தோடு ஒத்ததாக இருந்தது. அத்தகைய இன்பத்தைப் பெறுவதற்குப் பலகாலம் புண்ணியச் செயல் பல புரிந்திருக்க வேண்டும் என்று தோற்றியது. அதனால் நெஞ்சை விளித்து இவ்வாறு சொல்லத் தொடங்கினார்.

திருவலஞ்சுழி காவிரிக் கரையில் அமைந்த தலம். பொன்னும் மணியும் முத்தும் கொழிக்கும் காவிரியாறு அங்கே அழகாகக் கோயிலை வலஞ் செய்வதுபோல வளைந்து வளைந்து வருகிறது. மலைமேல் விளையும் மணியையும் பொன்னையும் அரித்துக் கொண்டு வரும் ஆறு அல்லவா அது? அவற்றோடு யானைக் கொம்பின் முத்தும், மூங்கிலின் முத்தும் மலைப் பகுதிகளிலிருந்து கொண்டு வருகிறது. அந்த அழகிய காட்சியில் உள்ளத்தைப் பறிகொடுத்து அப்பால் வலஞ்சுழி வாணனாகிய இறைவனைத் தரிசித்தார்கள் அன்பர்கள். முழு மணியும் தரளங்களும் மன்னும்

காவிரியானது சூழ்கின்ற வலஞ்சுழி வாணனை வழிபட்டார்கள். எப்படி வழிபட்டார்கள்?

இறைவனுடைய திருநாமத்தைப் பலமுறை சொன்னார்கள்; வாயாரப் பன்னினார்கள். அதோடு நிற்கவில்லை. அவர்கள் உள்ளத்தில் எழுந்த ஆதரம் - அன்பு - மிகுதியானது. ஆதலால் அவன் திருநாமத்தைப் பலகால் சொன்னதோடு அவர் களுக்கு மன நிறைவு உண்டாகவில்லை. அவனுடைய புகழை விரித்துச் சொன்னார்கள். பாடினார்கள். வாயாரத் திருநாமத்தைச் சொல்லியும் வாயார ஏத்தியும் வாயாரப் பாடியும் வழிபட்டார்கள்.

எல்லோருக்கும் இப்படிச் செய்ய வராது. இறைவனை வழிபடத் துணிவு பிறப்பதே அருமை. அதன் பின் அவன் சந்நிதியில் வந்து நின்றால் வாய் திறந்து அவனைப் பாடுவதற்கு நாணம் தடை செய்யும். பிரிந்து நின்ற தாயைக் கண்டதும் குழந்தை, "அம்மா" என்று கத்தவில்லையா? அது நாணமடைந்து வாயை மூடிக்கொண்டா இருக்கிறது? அதற்கு இருக்கும் அன்பு எத்தனை முறுகியதோ, அத்தனை முறுகியதாக இறைவன் பால் அன்பு இருந்தால் நாணமின்றி ஆண்டவன் சந்நிதியில் வாய் திறந்து அவனைத் துதிக்கும் இயல்பு அமையும்; நம் குறையைச் சொல்லி அழத் தோன்றும்.

ஆகவே, வாயார அவன் திருநாமம் பண்ணுவதற்குத் தைரியம் வேண்டும்; அதைவிட அதிகமான தைரியம் ஏத்துவதற்கு வேண்டும்; அதைவிடப் பின்னும் மிகுதியான துணிவு பாடுவதற்கு வேண்டும். அறியாதார் இவ்வாறு பாடிப் பணியும் பக்தர்களைக் கண்டு ஏசலாம்; சிரிக்கலாம். அவற்றைப் பொருளாக எண்ணுவதானால் அத்தகையவர்களின் அன்பு உயர்ந்ததாகாது.

"நாடவர் பழித்துரை பூணது வாக"

என்று மாணிக்க வாசகர் சொல்லுகிறார். பிறர் பழிப்பையும் புகழையும் எதிர்பாராமல் இறைவனைப் பன்னுதலும் ஏத்துதலும் பாடுதலும் வழிபடுதலும் அன்பர்களுக்கு இயல்பு.

ஞான சம்பந்தப் பெருமானும் அவருடன் வந்த தொண்டர்களும் வலஞ்சுழி வாணனை வாயாரப் பன்னினார்கள் ; ஆதரித்து ஏத்தினார்கள்; வாயாரப் பாடினார்கள். ஒருவரேனும் பிறர் ஏதேனும் சொல்வார்களே என்று எண்ணி நாணவில்லை. அப்பனுடைய சந்நிதானத்தில் குழந்தைகள் தம் குறையைச் சொல்லிக் கொண்டால் அதற்குத் தடை செய்வார் யார்?

இந்த வழிபாட்டினால் பெற்ற இன்பம் தனிச் சிறப்புடையதாக இருந்தது. அந்த இன்பத்தைப் பெற்ற தொண்டர் கூட்டத்தினர் அனைவரையும் நினைந்து ஞானசம்பந்தர் பாடலானார்.

"நெஞ்சே! வலஞ்சுழி வாணனை வழிபடப் பெற் றோம்; அப்படிப் பெற்றது முன்னைப் புண்ணியத்தின் பயன். இதற்கு ஒரு பயன் உண்டு என்று எண்ண வேண்டாம். இதுவே பெரும் பயன். இதுவே இன்பம் பயப்பது. இதுவே முன் செய்த பெரும் புண்ணியத்தின் சிறந்த பயன். இது எல்லோருக்கும் எளிதிலே கிடைக்காது" என்றெல்லாம் நினைக்கும்படித் திருப்பாட்டுப் பாடினார்.

என்ன புண்ணியம் செய்தனை, நெஞ்சமே!
இருங்கடல் வையத்து
முன்னை நீபுரி நல்வினைப் பயனிடை?
முழுமணித் தரளங்கள்
மன்னு காவிரி சூழ்திரு வலஞ்சுழி
வாணனை வாயாரப்
பன்னி ஆதரித்து ஏத்தியும் பாடியும்
வழிபடும் அதனாலே.

[நெஞ்சே! முழுமையாகிய மாணிக்கமும் முத்துக்களும் தங்கும் காவிரி யாறு வளையவரும் திருவலஞ்சுழியிலே எழுந்

தருளியிருக்கும் சிவபெருமானை, வாயாரத் திருநாமத்தைச் சொல்லி, அன்பு செய்து புகழ் பரவியும், பாடியும் வழிபடும் அந்த இன்பம் தரும் அநுபவத்தாலே, இந்தப் பெரிய கடல் சூழ்ந்த உலகத்தில் முன்பு நீ செய்த நல்ல வினையின் பயனாகிய புண்ணியங்களுக்குள்ளே அதற்குக் காரணமாக என்ன புண்ணியத்தைச் செய்தாய்!

என்ன-எத்தகைய புண்ணியம் - புண்ணியச் செயல், இருங்கடல் பெரிய கடல் சூழ்ந்த, நல்வினைப் பயனிடை - நல்ல பயனையுடைய வினையிடை என மாற்றிப் பொருள் கொள்க; நல்ல பயனைத் தருகின்ற செயல்களுக்குள்ளே. பயனிடை என்ன புண்ணியஞ் செய்தனை என்று கூட்ட வேண்டும். முழுமணி- துளைக்காத மணி. பிறக்கும் இடங்களாற் பலவாகும் முத்துக்களைத் தரளங்கள் என்று பன்மையாற் கூறினார். வாணன் - வாழ்நன்; எழுந்தருளியிருக்கும் சிவபெருமான். வாயார என்பதைப் பன்னுதலுக்கும் எத்துதலுக்கும் பாடுதலுக்கும் கூட்டுக.

ஆதரித்து - விரும்பி ஏத்துதல் புகழ் கூறுதல். அதனால் என்றது பன்னுதல் முதலியவற்றைத் தொகுத்துச் சுட்டியது. அந்த இன்ப விளைவு உண்டானதால் அதற்குக் காரணமாக இருந்த புண்ணியம் யாது என்று வினாவினார்.

நல்வினைப் பயனிடை வழிபடும் அதனாலே, என்ன புண்ணி யஞ் செய்தனை என்று கூட்டியும் பொருள் கொள்ளலாம். முன்பு நீ செய்த நல்ல வினைகளின் பயன்களை இப்போது அநுபவித்து வருகிறோம். அவற்றுள் வலஞ்சுழி வாணனை வழிபடும் அநுபவம் மிகச் சிறந்தது. அதற்குக் காரணமான புண்ணியச் செயல் யாது? - இவ்வாறு அந்த முடிபுக்கு ஏற்பப் பொருள் விரித்துக் கொள்ளலாம்.]

**"தவமும் தவமுடையோர்க் காகும் அவமதனை
அஃதிலார் மேற்கொள் வது"**

என்னும் திருக்குறளின்படி இறைவனுடைய திருவடிகளை வணங்கும் நிலை வருவதற்கும் புண்ணியம் செய்திருக்க வேண்டும்.

காவிரி இத்தலத்துக்கு அருகே வருகையில் ஒரு பிலத்திற்குள் சென்று விட்டது. ஏரண்ட முனிவர் என்னும் பெரியார் அந்தப் பிலத்தில் இறங்கித் தம்மையே பலியாக்கிக் கொள்ள காவிரி மேலே வந்து வலமாகச் சுழித்துக் கொண்டு போனதால் இத்தலத்துக்குத் திருவலஞ் சுழி என்ற பெயர் அமைந்த தென்பர்.

முற்றும்.

★★★

9 788199 853645

Printed at Repro India Ltd.